मुक्या कळ्या

(दत्त रघुनाथ कवठेकर यांच्या निवडक कथांचा संग्रह)

संपादक

वि. स. खांडेकर

मेहता पब्लिशिंग हाऊस

MUKYA KALYA by DATTA RAGHUNATH KAWATHEKAR

मुक्या कळ्या / कथासंग्रह

संपादक : वि. स. खांडेकर

© सुरक्षित

मराठी पुस्तक प्रकाशनाचे हक्क मेहता पब्लिशिंग हाऊस, पुणे.

प्रकाशक : सुनील अनिल मेहता, मेहता पब्लिशिंग हाऊस,
१९४१ सदाशिव पेठ, माडीवाले कॉलनी, पुणे – ४११०३०.

मुखपृष्ठावरील छायाचित्र : रवींद्र व्होरा, सांगली

प्रकाशनकाल : १९४७ / १९५३ / जानेवारी, १९९७ / मे, २०१४
पुनर्मुद्रण : ऑक्टोबर, २०१७

P Book ISBN 9788171616299

E Book ISBN 9789386454065

E Books available on : play.google.com/store/books
m.dailyhunt.in/Ebooks/marathi
www.amazon.in

दिग्दर्शन

१

पाच-सहा वर्षांपूर्वीची गोष्ट असेल ही. कुणी तरी गुजराथी प्रकाशकाने चाळीस चांगल्या मराठी गोष्टी निवडून त्यांचा अनुवाद करण्याची कामगिरी माझ्या एका लेखक मित्राकडे सोपविली होती. अशी निवड करणे हे काही दिसते तितके सोपे काम नसते. प्राचीन काळी असंख्य राजांनी भरलेल्या स्वयंवराच्या मंडपात राजकन्येने पाऊल टाकल्याबरोबर तिच्या मनात जो गोंधळ उडत असेल, त्याचा थोडाफार अनुभव असल्या संग्रहाच्या संपादकांनाही येतो. ही आपत्ती आणूनच राजकन्येबरोबर तिच्या सख्या स्वयंवर मंडपात तिला सल्ला देण्याकरिता जात असत. माझ्या स्नेह्यांनीही त्याच मार्गाचा अवलंब केला. त्यांनी माझ्या आणि आमच्या एका वाङ्मयप्रेमी मित्रांच्या सहकार्याने ती निवड करण्याचे ठरविले.

हे निवडीचे काम आम्ही सुरू केले तेव्हा राहून राहून माझ्या मनात येऊ लागले, 'अरेबियन नाइट्समधल्या त्या सुप्रसिद्ध चाळीस चोरांच्या नायकाने आपल्या सहकाऱ्यांची निवड कशी केली असेल ते देव जाणे! चाळीस लेखक निश्चित करणे हे जिथे इतके अवघड काम आहे, तिथे चाळीस चोरांची निवड करणे हे किती दुर्घट असेल!'

त्या संग्रहाचा तो संकल्प पुढे निरनिराळ्या कारणांनी हवेतल्या हवेत विरला. पण आमच्या तिघांच्या त्यावेळच्या चर्चेतली एक गोष्ट मला अद्यापिही आठवते. पहिली १०-१५ नावे निश्चित झाल्यानंतर मी म्हणालो, "कवठेकरांचे नाव लिहा." "कवठेकर?" —माझ्या मित्रांनी कपाळाला बारीक आठी घालून प्रश्न केला. मी जरा जोरानेच उत्तरलो, "हो! कवठेकर!" ते उद्‌गारले, "अहो, आपणाला अगदी निवडक गोष्टीच घ्यायच्या आहेत हे तुम्ही विसरलात." मी म्हणालो, "ते माझ्या ध्यानात आहे. म्हणूनच तर मी तुम्हाला कवठेकरांचे नाव सुचवितो." "त्यांची कुठली गोष्ट घेणार आहा तुम्ही?" त्यांनी प्रश्न केला. मी हसत सांगितले, "अन् लोक म्हणतात– मी भिकारी आहे म्हणून!"

२

कवठेकरांच्या या गोष्टीनेच मी त्यांचा वाचक झालो म्हणानात. त्यापूर्वी मी त्यांचे नाव ऐकले नव्हते असे नाही. पण प्रवासात वारंवार एखाद्या गावावरून मनुष्य जात असला तरी त्या गावात विशेष पाहण्यासारखे काय आहे, याची त्याला कधीच कल्पना येऊ शकत नाही. वाचक या नात्याने कवठेकरांच्या बाबतीत माझी अशीच स्थिती झाली होती. पण पावसाळ्यातल्या एखाद्या शांत सायंकाळी आपली गाडी त्या बाजूने जात असावी, नुकतीच पावसाची सर येऊन गेली असल्यामुळे ते गाव पाण्यात डुंबून निथळत बाहेर पडणाऱ्या एखाद्या बालिकेप्रमाणे दिसावे आणि त्या गोड छोकरीच्या केसांतल्या छोट्या संगीत फणीप्रमाणे पलीकडे सुंदर इंद्रधनुष्याने आपले अस्तित्व प्रकट करावे, अशावेळी त्या गावाच्या स्टेशनावर मुद्दाम उतरून तिथे फेरफटका करण्याचा मोह मनुष्याला जसा अनावर होतो तशी कवठेकरांची 'अन् लोक म्हणतात-मी भिकारी आहे म्हणून' ही गोष्ट वाचून माझी मन:स्थिती झाली. त्या कथेत मध्यमवर्गाच्या जीवनातले जे करुण, पण उदात्त चित्र कवठेकरांनी रसपूर्ण रीतीने रेखाटले आहे, ते पाहून य. गो. जोश्यांच्या एकदोन अप्रतिम कौटुंबिक कथा माझ्या डोळ्यापुढे उभ्या राहिल्या. तेव्हापासून कवठेकरांचे लिखाण मी मोठ्या उत्सुकतेने वाचत आलो आहे. पुढे 'अंध अंधारी बैसले' या दीर्घकथेत आणि त्याचप्रमाणे 'रेशमाच्या गाठी' व 'आभाळाची सावली' या कादंबऱ्यांत त्यांचे लेखनगुण विकसित होत असल्याचा प्रत्यय मला आला. तसे पाहिले तर 'अंध अंधारी बैसले' या दीर्घकथेचा विषय अगदी शिळा झालेला आहे. 'हिंदु पांढरपेशा कुटुंबातल्या बालविधवेचे दु:ख' हा तो विषय! काव्यात, नाटकात आणि कादंबऱ्यांत हे दु:ख फार पूर्वीपासून चित्रित होत आहे. मागच्या पिढीतल्या तांबे आणि गडकरी यांच्यासारख्या अव्वल दर्जाच्या प्रतिभावंतांनी त्या दु:खाला वाचा फोडली होती. पण असे असूनही 'अंध अंधारी बैसले' ही कवठेकरांची दीर्घकथा मनाला चटका लावल्यावाचून राहत नाही. त्यांच्या चित्रणात काव्याची झुळझुळ नाही, प्रचाराचा झगमगाट नाही, अश्रूंच्या धारा नाहीत, कल्पनेच्या भराऱ्या नाहीत. सारे चित्रण कसे साधे, सोज्ज्वळ आणि संयमित आहे! भडक रंग न वापरता किंवा कलमाचे मोठमोठे फटकारे न मारता चित्र परिणामकारक कसे करता येते, याचा हा एक सुंदर नमुना आहे. डोळ्यांत टचकन पाणी उभे करणाऱ्या कथेपेक्षा माणसाचे मन गुदमरवून सोडणारी गोष्ट रंगवायला नि:संशय अधिक कौशल्य लागते. ते चातुर्य कवठेकरांनी या दीर्घकथेत प्रकट केले आहे.

'रेशमाच्या गाठी' ही कादंबरी वाचताना कथानक गुंफण्याचे त्यांचे कसब असेच आकर्षक वाटते. त्यांनी तिच्या पूर्वार्धात ज्या वेगाने (Tempo) कथानकातल्या

हालचाली घडविल्या आहेत, तो एखाद्या सुंदर चित्रपटाला शोभेल असा आहे. 'आभाळाची सावली' या प्रदीर्घ कादंबरीत विविध सामाजिक थर आणि भिन्नभिन्न स्वभावांच्या माणसांवर त्यांचे होणारे निरनिराळे परिणाम कवठेकरांनी मोठ्या सूक्ष्मतेने रंगविले आहेत. खेडेगावातल्या वातावरणाचे सरस चित्रण हाही त्यांच्या कादंबऱ्यांचा एक विशेष आहे. त्यांच्या भाषेत संथ ओघ आणि रस निर्माण करणारे सामर्थ्य यांचा मिलाफ झालेला दिसतो. सर्वसामान्य वाचकाला अपरिचित असलेले लोकबोलीतले अर्थपूर्ण शब्द चपखल रीतीने वापरण्यातही ते चतुर आहेत. दिघे, माटे, चिं. य. मराठे प्रभृतींच्या कथांत अशा शब्दांनी जी एक अपूर्व गोडी उत्पन्न होते, तिचा अनुभव कवठेकरांच्या वाचकांना अधूनमधून येतो.

३

मध्यमवर्गाची विविध कौटुंबिक चित्रे रेखाटताना भावव्याकूळ होणारे, या वर्गाच्या स्त्रीजीवनातल्या मूक दुःखाच्या छटा रंगविताना करुणरसाचा उत्कर्ष साधणारे आणि कारुण्याच्या कृष्णमेघाला अधूनमधून उदात्ततेची रुपेरी कडा दाखवून वाचकाला क्षणभर निराळ्याच सात्त्विक जगाचे दर्शन घडविणारे कवठेकर हे सारे लेखन रात्री-अपरात्री जागून करीत असतात, हे त्यांच्या कितीशा वाचकांना ठाऊक असेल? पण वस्तुस्थिती तशी आहे खरी. ते दिवसा कुठे काम करीत असतात हे माहीत आहे? लष्करी संरक्षण खात्यात! अशा या लष्करी खात्यात जितके जबाबदारीचे तितकेच जिकिरीचे काम करीत असूनही कवठेकर अत्यंत हळुवारपणाने आपल्या कथा कशा लिहितात ही एक आश्चर्य वाटण्याजोगी गोष्ट आहे. मला तर त्यांचे लेखन वाचताना कवी माधवानुजांची आठवण होते. लहानपणी माधवानुजांच्या कविता गुणगुणताना ते डॉक्टर असावेत, अशी पुसट शंकासुद्धा मला कधी आली नाही. 'जाईची फुले', 'दीपविसर्जन', 'दुष्काळात खडी फोडणारा मनुष्य पाहून' इत्यादी कवितांतून ज्या कविमनाचे आपल्याला दर्शन होते, त्याच्याशी उग्र दर्प, कडू औषधे आणि तीक्ष्ण शस्त्रे या गोष्टी किती विसंगत वाटतात! पण व्यवहार हा असाच आहे. सुसंगती हा काव्याचा आत्मा असू शकेल! पण जीवन हे काही एखाद्या प्रतिभासंपन्न कवीचे महाकाव्य नाही. विसंगती हासुद्धा त्याचा आत्मा होऊ शकतो.

४

'गुलाबाच्या पाकळ्या', 'उजेडातील अंधार', 'नादनिनाद' आणि 'चांदण्यातल्या सावल्या' असे कवठेकरांचे चार संग्रह आतापर्यंत प्रसिद्ध झाले आहेत. त्यांना लिहिलेल्या एका पत्रात काकासाहेब कालेलकरांसारख्या पहिल्या प्रतीच्या मर्मज्ञ

साहित्यिकाने खालील उद्‌गार काढले आहेत : ‘तुमच्या गोष्टी पुन्हा वाचण्याइतक्या चटकदार आहेतच. दहा महिन्यांपूर्वी मी तुम्हाला लिहिले होते की, तुमच्या गोष्टी मला फार आवडतात. कारण तुमच्या गोष्टी वाचून मनुष्याचे मन जास्ती उन्नत होण्याचा, सहानुभूतिपूर्ण होण्याचा बराच संभव आहे.’ या संग्रहातल्या ‘अन् लोक म्हणतात-मी भिकारी आहे म्हणून!’ आणि ‘तिळाच्या वड्या’ या दोनच गोष्टी वाचल्या तरी या अभिप्रायाची यथार्थता कुणालाही पटेल.

पहिल्या गोष्टीत आई आणि बहीण यांच्यावरली श्रीची माया किती उत्कट, पण अबोल आहे! त्यांच्या जीवनात आनंद निर्माण व्हावा म्हणून हा बालजीव करीत असलेला मूक त्याग पाहून कुणाचे मन सद्‌गदित होणार नाही? त्यागाचे मोठेपण त्याच्या लांबीरुंदीवर अवलंबून असत नाही. त्यागाच्या मागे असणाऱ्या उत्कट भावनेत, दुसऱ्याकरिता हसतमुखाने कष्ट सोसायला तयार होणाऱ्या मनाच्या सात्त्विक शक्तीत ते सामावलेले असते, याची प्रचिती या गोष्टीत येते.

‘अन् लोक म्हणतात-मी भिकारी आहे म्हणून!’ या गोष्टीत कवठेकरांनी आईवरली मुलाची माया ज्या कुशलतेने चित्रित केली आहे, तिचाच आढळ आईची मुलावरली माया किती उत्कट असते हे दर्शविणाऱ्या ‘तिळाच्या वड्या’ या गोष्टीत होतो. मनुष्य स्वभावत: दुष्ट नसला तरी तो अंधळा आहे. अंधळेपणामुळे तो अहंकारी बनतो, कृतघ्न होतो. त्याच्या हातात दुसऱ्याचे दोष सूक्ष्मपणे न्याहाळून पाहणारी दुर्बीण सदैव असते. पण स्वत:च्या मनाला लावायचे सूक्ष्मदर्शक यंत्र मात्र तो सहसा हातात उचलून घेत नाही. यामुळेच लहानसहान कारणांनी भावाभावांतसुद्धा दुरावा उत्पन्न होतो आणि गवताच्या गंजीवर पडलेल्या ठिणगीप्रमाणे त्या दुराव्यातून साऱ्या घराची राखरांगोळी करणारी आग भडकते. निरपेक्ष प्रेमाच्या पर्जन्यधाराच काय त्या या अग्निज्वाळा शांत करू शकतात. ‘तिळाच्या वड्या’ या गोष्टीमध्ये याच कौटुंबिक घटनेचे कवठेकरांनी रसपूर्ण चित्रण केले आहे. ‘आई असती तर’मध्ये त्यांनी एका कुरूप बालकाच्या भावनाशील मनाचे धागेदोरे उलगडून दाखविले आहेत. ‘कलिजा’ या गोष्टीत वार लावून जेवणाऱ्या एका गरीब विद्यार्थ्याच्या विविध वेदना त्यांनी जितक्या तन्मयतेने चित्रित केल्या आहेत, तितक्याच समरसतेने ‘छबिल्या’मध्ये एका शेतकरी कुटुंबाचे आणि त्याच्या आवडत्या बैलाचे दु:ख त्यांनी वर्णन केले आहे. ‘ते निर्दय नाहीत गं!’ या गोष्टीत गुंतागुंतीने परिपूर्ण असलेल्या मानवी मनाचा एक अगदी आतला पदर त्यांनी वाचकाला हळुवार हाताने उलगडून दाखविण्याचा प्रयत्न केला आहे. या सर्व गोष्टींत या नाही त्या रूपाने करुणरसाचाच आविष्कार असल्यामुळे रुचिपालट म्हणून ‘रक्ताची गुळणी’ ही गोष्ट मी निवडली आहे. तिला विनोदी म्हणता आले नाही, तरी ती विद्यार्थ्यांना गमतीदार वाटेल.

कवठेकरांच्या गोष्टीतले एक वैगुण्य त्यांच्या वैशिष्ट्यातूनच निर्माण झाले

आहे, असे मला वाटते. गोष्ट रंगविता रंगविता ते इतके भावनावश होतात की, कलेचे निम्मे यश संयमात असते, याचे एखादेवेळी त्यांना भानच राहत नाही. 'तिळाच्या वड्या'विषयी लिहिताना कालेलकरांनी हेच मत खालील शब्दांनी प्रकट केले आहे— 'ही गोष्ट अंत:करणाला पीळ पाडणारी आहे. समाजात असे प्रसंग घडत नाहीत, असे नाही. तरीही शेवटी शेवटी ही गोष्ट अतिरंजित झाली असावी, असे वाटते. बाण जितका दूर जावा, अशी आपली इच्छा असते, त्याहून तो जर अधिक दूर गेला तर जसे थोडे फसल्यासारखे वाटते तसेच या गोष्टीतल्या कलाविधानाविषयी वाटते.'

कवठेकरांच्या बहुतेक गोष्टी १९३६ ते ४२ या अर्ध तपात लिहिल्या गेल्या आहेत. मात्र फडके, खांडेकर, कृष्णाबाई, काणेकर, कमलाबाई टिळक, दौंडकर, लक्ष्मणराव सरदेसाई प्रभृती या कालखंडातल्या प्रमुख कथालेखकांनी लघुकथेचे जे तंत्र मराठीत रूढ केले, त्याचा आढळ त्यांच्या गोष्टीत मुळीच होत नाही. इतकेच नव्हे तर विषय, भावना इत्यादी दृष्टींनी ज्या य. गो. जोश्यांशी त्यांचे थोडेफार साम्य आहे, त्यांनी तंत्राची टर उडविता उडविता आपल्या गोष्टीच्या मांडणीत जी आधुनिकता आणली, तीही कवठेकरांच्या गोष्टीत फारशी दृग्गोचर होत नाही. असे होण्याचे कारण त्यांच्या कथेचे खरे बळ तिच्या कलादृष्टीत अथवा तंत्रसौंदर्यात नाही; ते तिच्या आत्म्यातून पाझरणाऱ्या रसात आहे. त्यामुळे त्यांच्या कथांना उपमा द्यायचीच झाली तर ती मी श्रावणातल्या पावसाची देईन. ढगांचा गडगडाट नाही, विजांचा चमचमाट नाही, वादळवारा नाही, मुसळधारा नाहीत, काही नाही. पण असे असूनही उन्हाशी पाठशिवणीचा खेळ खेळणारा श्रावणातला तो पाऊस आपणाला काय कमी आकर्षक वाटतो?

शाहुपुरी
कोल्हापूर
३-६-४७

वि. स. खांडेकर

अनुक्रमणिका

अन् लोक म्हणतात- मी भिकारी आहे म्हणून!

परिचय

त्यागाचे चित्रण हे प्रकाशाच्या दर्शनासारखे असते. प्रकाश पाहिला की, मनुष्य नकळत उल्हासित होतो. आपल्या भोवतालची सृष्टीच नव्हे, तर आपले मनही त्या प्रकाशाने उजळत आहे, हा अनुभव त्याला येतो. त्यागाच्या बाबतीतही असेच घडते. सीता आणि सावित्री, प्रताप व तानाजी, सुभाष आणि गांधीजी यांची आपण सामान्य माणसे मनोमन पूजा करतो, याचे कारण त्यागाविषयी मनुष्यमात्राला वाटणारे आदरयुक्त आकर्षण हेच आहे. पण असल्या व्यक्ती जितक्या विरळ तितक्याच असामान्य असतात. त्यांची कार्यक्षेत्रे विशाल आणि त्यामुळे त्यांचे त्यागही डोळे दिपवून टाकणारे वाटतात. असला त्याग म्हणजे जणूकाही आकाशात लखलख करणारी वीजच!

देवघरातल्या नंदादीपात विजेचे हे दिव्य तेज नसते, पण प्रकाशातले सामर्थ्य आणि पावित्र्य त्याच्यातही आढळते. तुमच्या-आमच्यासारख्या सामान्य माणसांचे त्याग असे असतात. त्यांच्याभोवती अलौकिकत्वाचे वलय कधीच दिसणार नाही. पण लहानसहान त्यागांमधूनच आपल्याला मानवी हृदयातल्या दिव्यत्वाचे दर्शन होते, जीवनाची उदात्तता जाणवते. आपली आई आणि बहीण यांच्याकरिता असा त्याग करणाऱ्या एका किशोराचे हृदयस्पर्शी चित्र कवठेकरांनी या कथेत रेखाटले आहे.

त्या दिवशीही मी असाच खिडकीशी बसलो होतो. अलीकडे कित्येक दिवसांपासून तो मुलगा माझ्या दारावरून चालला की, खिडकीबाहेर टांगलेल्या पाटीकडे थबकून थबकून पाहत असे. पाटीवरची अक्षरे मनाशीच वाचीत असल्यासारखे त्याचे ओठ हलत. कित्येकदा त्याने ती अक्षरे अस्फुटतेने मनाशीच पुटपुटलीही होती. नुकतीच अक्षरओळख होत चाललेल्या मुलाचे ते कुतूहल कुतूहलतेने पाहण्यात

मलाही मौज वाटे.

अतिशय देखणा, तितकाच चुणचुणीत नि तरतरीत होता तो मुलगा! अंगावरील कपडे नेहमी साधेच, पण स्वच्छ असत. डोक्यावर तितकीच पांढरीशुभ्र खादीची टोपी, गळ्यात अडकविलेली ती पुस्तकांची रंगीत पिशवी आणि माझ्या घराजवळ येताच त्याचे घोटाळत, थबकत थबकत चालणे, हे सर्व पाहून माझे त्याच्याविषयीचे कुतूहल दिवसेंदिवस वाढत होते.

पण आज मात्र तो मुलगा नेहमीप्रमाणे मला पाच वाजता घरावरून जाताना दिसला नाही. बराच वेळ मी खिडकीशी बाहेर पाहत बसलो होतो. नकळत माझ्या मनात त्याच मुलाविषयी विचार घोळत होते. तोच दारावर कुणीतरी टकटकविले. नेहमीच्या सवयीप्रमाणे मी विचारले—

"कोण आहे?"

बाहेरच्या व्यक्तीला दार काही उघडेना. म्हणून मीच उठलो आणि दार उघडले.

ज्या मुलाविषयी मी विचार करीत होतो, तोच प्रत्यक्ष समोर उभा राहिलेला पाहून मी थक्कच झालो आश्चर्याने!

'शंभर वर्षं बेट्याला आयुष्य आहे!' असे मी मनातल्या मनात म्हणालोदेखील.

"काय रे, कोण पाहिजे तुला?" मी हसत हसतच त्याच्या पाठीवरून हात फिरवीत म्हणालो. तो गोंधळून भांबावून गेल्यासारखा झाला. घुटमळत, अडखळत अडखळत तो म्हणाला,

"त्या खिडकीवर बाहेर पाटी आहे- तुमची आहे ती?"

"हो, का?"

"नाही- थोडं काम होतं तुमच्याशी—"

"आत ये," असे म्हणत मी खुर्चीवर येऊन बसलो आणि म्हणालो, "बस त्या खुर्चीवर अन् सांग पाहू काय काम आहे तुझं ते."

खुर्चीवर न बसताच टेबलाच्या टोकाला हात देऊन तो खाली पाहत उभा राहिला.

"काय काम आहे तुझं? बोलत नाहीस तो—"

"तुम्हाला नोकर पाहिजे ना?"

"हो, का?" मी अधिकच बुचकळ्यात पडलो.

आज कित्येक दिवस 'नोकर पाहिजे' ही पाटी बाहेर लटकत होती. प्रकाशकाचा धंदा होता माझा. दुकानादुकानांतून पुस्तके पोहोचविण्यासाठी, बिले वसूल करण्यासाठी आणि इतर सटरफटर कामे करण्यासाठी मला एका विश्वासू माणसाची जरुरी होती.

आपल्या वडील भावासाठी अगर वडिलांसाठी नोकरी मागण्याकरिता तर हा आला नसेल, असे वाटून मी त्याच्याकडे अधिकच आश्चर्याने पाहू लागलो.

“मोठा पाहिजे की, लहान पाहिजे नोकर तुम्हाला?”

त्याचा प्रश्न ऐकून मला त्याचे कौतुक वाटले— तितकेच त्याच्या बोलण्याचे हसू आले. माझा चेहरा पाहून तो मात्र गोंधळला आणि काहीसा ओशाळलाही.

“मला मोठ्ठा नोकर पाहिजे.”

“किती पगार देणार त्याला?”

“पंधरा रुपये—”

“मग लहान नोकराला साडेसात देणार असाल?”

क्षणमात्र मीदेखील गोंधळलो. इतक्यात तो हळूच, पण माझ्या चर्येकडे पाहत म्हणाला,

“मला ठेवता नोकरीला— लहान नोकर म्हणून?”

आश्चर्याने आ वासून मी त्याच्याकडे पाहतच राहिलो.

“ठेवाल का मग नोकरीला मला? मी तुमची सर्व कामं करीन— शाळा सुटली की, परस्पर तुमच्याकडेच येत जाईन.”

“अरे, मला दिवसभर कामाला राहणारा मनुष्य पाहिजे— वेडा कुठला!”

“पण मी दोन तास करीन की काम तुमच्याकडे. मला जरूर आहे नोकरीची... दोन-तीन रुपये द्याल मला दरमहा—”

“पण तुला नोकरी करायची जरूर काय?”

“जरुरी आहे म्हणून तर आलो. फार दिवस नका ठेवू वाटल्यास... दिवाळीपर्यंत ठेवा— दोन-तीन महिने.”

“काय शिकतोस तू?”

“इंग्रजी दुसरीत आहे मी— नूतन मराठीत.”

“अरे वा! अन् वय किती तुझं?”

“दहा वर्षांचा आहे मी... घरची सगळी कामं मीच करतो. मंडईत जातो, बाजार करतो. आईला सवड नसते—”

“काय करते तुझी आई?”

“शिवणकाम करते.”

“घरी कोण कोण आहे तुझ्या?”

“आई, तारी न् मी. आम्ही तिघंच.”

“अन् वडील?”

“ते नाहीत— वारले ते पाच-सहा वर्षांपूर्वी. त्यांनी पैसे ठेवले होते आम्हाला. पण आई म्हणते, आमच्या मामांनी गफलत केली! अन् तेव्हापासून ती शिवणकाम करते.”

“गरीब आहेस तर तू?”

"गरीब आहे, पण आम्ही कोणाचे मिंधे नाही. भिक्षा नाही मागत आम्ही कोणापुढे! आई म्हणते, काम करावं अन् पैसे मिळवावेत, अन् मानानं राहावं. आमच्या वाड्याच्या मालकीणबाई तिला स्वयंपाकाला बोलावतात, पण ती जात नाही. ती म्हणते, ते कमीपणाचं आहे—आमच्या वडिलांना ते आवडणार नाही."

"पण तुला वडील नाहीत ना म्हणतोस?"

"ते नाहीत म्हणून काय झालं?—पण ते वरून पाहतातच की! आम्ही कोण कोण काय काय करतो ते त्यांना दिसतं म्हणे. त्यांना आम्ही फार आवडत होतो... भारी प्रेम होतं त्यांचं आमच्यावर. मी खूप शिकावं, मोठ्ठं व्हावं, मी खूप खूप पैसे मिळवावेत, अन् आईला नि तारीला सुखात ठेवावं असं त्यांना वाटे... आई कधी- कधी सांगते मला!"

"शाळेत नादार असशील तू तर मग?"

"छट्! आपण नाही बुवा नादार. मला स्कॉलरशिप देतात आमचे नाना! मी सांगितलं त्यांना की, मला नादारी नको, स्कॉलरशिप द्या मला. हसले ते त्यावेळी; पण स्कॉलरशिप मात्र देतात हं. फार चांगले आहेत— एवढे मोठ्ठे आहेत तरी—"

"कितवा नंबर आहे तुझा शाळेत?"

अभिमानाने छाती पुढे काढून तो म्हणाला,

"पहिला. पहिलाच असतो मी नेहमी."

"आई शिवणकाम करते त्याच्यावर भागत नाही की काय?"

"आई म्हणते, पैसे पुरत नाहीत. आणखीन—"

"आणखीन काय?"

"आणखीन लोक कपडे शिवून नेतात अन् वेळेवर पैसे देत नाहीत. शिंप्याकडे दहा-दहा आणे झंपरला घेतात, पण आईला चार-चार आणेदेखील द्यायला कुरकुरतात बायका..."

"नोकरी करायला तुला आईनं सांगितलं?"

"नाही. तिला मी नोकरी लागली तर सांगणार आहे पुढे. आत्ता सांगितलं तर ती रागावेल. काम करण्याचं माझं वय नाही म्हणते ती— वय नसायला काय झालं! माझ्याएवढी मुलं कितीतरी उद्योग करतात. नन्या तर त्याची आई अंधळी आहे म्हणून वर्तमानपत्र विकतो न् शिकतो. आई दिवसभर काम करते, मग मी दोन तास ग्राउंडवर खेळण्यापेक्षा तुमच्याकडे काम केलं, तर नाही का—"

"पण दोनतीन रुपये दरमहा मिळाल्यानं अशी काय भर पडणार आहे? आणखी तू आईला न विचारता नोकरी करणार— तिला तू पैसे घेऊन गेलास म्हणजे कळणार नाही का? —का बाहेरच्या बाहेर पैसे उडवणार तू?"

"छे! तसं केलं तर आईला कळणार नाही, पण बाबांना दिसेल ना ते! मला

ते नावं ठेवतील, स्वप्नात येतील ना माझ्या?''

''तू त्यांना पाह्यलंयस का?''

''हो, त्यांचा फोटो आहे की आमच्या घरात. निजण्यापूर्वी आम्ही त्या फोटोला नमस्कार करतो.''

''कोण होते तुझे वडील?''

''माझे बाबा का? लेखक होते... त्यांच्या खूप खूप ओळखी होत्या.''

''तुझं नाव काय?'' त्याचे वडील लेखक होते हे ऐकून मी आश्चर्याने म्हणालो.

''श्रीकांत अष्टपुत्रे, पण मला श्रीच म्हणतात.''

''गोपाळरावांचा मुलगा का रे तू?''

''हो, माझे वडील ते. तुम्हाला कसं त्यांचं नाव ठाऊक?''

''अरे, ते चांगल्यापैकी लेखक होते— मोठ्ठे होते ते.''

एके काळी बृहन्महाराष्ट्रात ज्यांचे नाव दुमदुमून राहिले होते त्या गरीब, हालअपेष्टांत जगून दिवंगत झालेल्या एका नामवंत लेखकाचा मुलगा माझ्यापुढे उभा होता. त्याच्या त्या विपन्न स्थितीचे चित्र माझ्या डोळ्यांसमोर उभे राहून मला गहिवरल्यासारखे झाले. कौतुकाने आणि आदराने मी श्रीकडे घटकाभर टक लावून पाहतच राहिलो.

''तुला मी नोकरीला ठेवलं, तर त्या पैशाचं काय करणार तू?''

पुन्हा तो गोंधळला. तो का गोंधळला हे मला कळेना.

''असं कर, तू दरमहा पहिल्या तारखेला माझ्याकडे येत जा. मी तुला दोन रुपये देत जाईन- आं!''

''नोकरी न करता?''

''हो—''

''धर्मार्थ नकोत मला तुमचे दोन रुपये. मी काय लुळा, पांगळा, अंधळा आहे की काय? —आई काय म्हणेल, बाबा काय म्हणतील? न् ज्यासाठी मला पैसे पाहिजेत त्यात समाधान तरी काय? अहो, मला ते पैसे—''

''बोल की! अडखळलास का?''

''ते मी सांगणार नाही आताच. आईलादेखील सांगणार नाही.'' असे म्हणून कसल्या तरी गोड कल्पनेत तो मग्न झाला.

त्याचा तो अभिमान, त्याची ती बोलण्याची ऐट नि शब्दाशब्दांतून ओसंडत असलेला आदर आणि त्याच्या बालिश मनाची निरागसता पाहून मी तर अगदी चकितच झालो.

''बरं, ये आं उद्यापासून— उद्याच पहिली तारीख आहे. तुला सायकलवर बसता येतं ना?''

"हो. चांगलं येतं बसता मला.''

परत जाताना त्याचा चेहरा किती प्रफुल्लित दिसला! तो परत गेल्यानंतर मी कितीतरी वेळ त्याच्याविषयी विचार करीत बसलो होतो.

त्याला पैसे पाहिजे होते, पण ते कशाला पाहिजे होते याचा मात्र मला उलगडा होईना.

दुसऱ्या दिवसापासून तो नेमाने दोन तास माझ्याकडे येई. त्याला मी इकडची तिकडची सटरफटर कामे सांगे. पुढे पुढे तो दुकानदारांकडे पुस्तकेही पोचती करू लागला. लहानसहान बिलेही तो वसूल करून आणून देऊ लागला. त्याची तडफ, कामाचा उरक आणि विश्वासूपणा ही सर्व पाहून मला त्याच्याविषयी अधिकाधिक जिव्हाळा वाटू लागला. एका महिन्यात त्याने मला नोकराची वाण भासू दिली नाही इतकी तो कामे करी. चार तासांत न होणारी कामे तो दोन तासांत उरकून परत येई आणि हसतमुखाने घरी जाई.

एक महिन्यानंतर पहिल्या तारखेला मी त्याला दोन रुपये काढून देऊ लागलो, तसा श्री म्हणाला,

"आता नकोत मला ते— माझ्याजवळ हरवतील. तुमच्याजवळ ठेवा. मला लागतील तेव्हा मी मागून घेईन.''

दुसऱ्या महिन्यालाही तो तसेच म्हणाला. मी त्याला खोदखोदून विचारले, तरी तो आपल्या मनाचा ठाव मला लागू देईना. तो जेव्हा काहीच सांगेना तेव्हा मी म्हणालो,

"काय रे, तुझ्या आईला ठाऊक झालं का, तू माझ्याकडे दोन तास नोकरी करतोस ते?''

"नाही—''

"मग ती विचारीत नाही का तुला, तू दोन तास कुठं असतोस म्हणून?''

"नाही. तिला वाटतं, मी ग्राउंडवर खेळायला जातो. पूर्वी खेळायलाच जायचो मी.''

"अन् तिनं तुला विचारलं तर?''

"पण ती विचारणार नाही— नेहमीसारखाच मी घरी जातो ना!'' तो काहीसा चिंतनशील आवाजात घुटमळत घुटमळत म्हणाला.

"मग मीच येऊन सांगतो तुझ्या आईला!''

एकाएकी त्याचा चेहरा पडला, गोरामोरा झाला आणि मग अत्यंत याचनासक्त, केविलवाण्या नजरेने माझ्या चेहऱ्याकडे एकवार पाहून खालच्या मानेने तो म्हणाला,

"खरंच सांगणार तुम्ही आईला?''

त्याचे ते पाणीदार डोळे आता खरोखरीच पाणावत चालले.

मी चटकन उठून त्याचे डोळे पुसले.

"नाही सांगणार अं! वेड्या, असं कुणी पाणी आणतं का डोळ्यांत? तूच म्हणाला होतास ना, की आईला कळलं नाही तरी बाबांना सारं काही दिसतं, सारं काही कळतं म्हणून? आईला चोरून तू नोकरी करतोस, पैसे साठवतोस ते नाही का तुझ्या वडिलांना दिसत?"

"त्यांनी पाह्यलंच असलं पाहिजे. पण ते माझ्यावर यासाठी रागवायचे नाहीत... त्यांना ठाऊक आहे मी का नोकरी करतो ते! त्यांना तर बरं वाटेल उलट. ते जर असते ना, तर त्यांनी मला शाबासकी दिली असती..."

मी ती गोष्ट विसरण्याचा जो जो प्रयत्न करू लागलो, तो तो ते गूढ उकलण्यासाठी माझे मन अधिकाधिक उत्कंठित होऊ लागले. किती दिवस लपवून ठेवणार हा छोकरा आपल्यापासून? मी आपली उत्सुकता आतल्या आत दाबून ठेवली.

तिसऱ्या महिन्याला मी पुन्हा त्याला पैसे देऊ लागलो. त्यावेळी मात्र तो म्हणाला,

"आता नकोच आहेत मला. पण लवकरच मला ते लागतील. एकदम सारे सहा रुपये द्याल ना मला, मी मागेन त्यावेळी?—बाजूलाच ठेवा ते. नाहीतर खर्च होतील, अन् मला लागतील त्यावेळी—"

मला हसू आल्यावाचून राहिले नाही.

"हे बघ— या खणात बाजूलाच ठेवतो मी. मग तर झालं?"

त्यानंतर एके दिवशी, पाच-सहा दिवस अगोदरच आमच्या घरात दिवाळी सुरू झाली होती म्हणून, आपल्याबरोबर त्यालाही मी फराळाला घरात घेऊन गेलो. पण त्याने फराळ करण्याचे सपशेल नाकारले. मी खूप आग्रह केला, तरी करंजीलादेखील शिवण्यास तो तयार होईना. मी जेव्हा रागावल्यासारखे केले, तेव्हा तो डोळे पुशीत म्हणाला,

"तारीला सोडून मी कधीच काही खात नाही. आई म्हणते, एक तीळ सात जणांत खावा... एकटं एकटं खाल्ल्यानं पोटात सोनं थोडंच होतं!"

माझ्या पत्नीच्या डोळ्यांना टचकन पाणी आले, इतके तिचेही हृदय पिळवटून आले. झटपट वर्तमानपत्रात फराळाचे जिन्नस घालून, त्याचा पुडा करून, तो ती श्रीच्या हातात देऊ लागली.

तोही श्रीने घेतला नाही.

त्याच्या मनाची घडणच मला कळेना.

"काय रे, असं काय करतोस?" मी रागानेच म्हणालो, "घे म्हटल्यावर घ्यावं मुलाच्या जातीनं."

आता मात्र श्रीला अगदी उचंबळून आले. तो गहिवरून गेंगावल्या स्वरात अस्फुटतेने म्हणाला,

"आम्ही घेत नाही कुणाचं काही असं... आम्ही गरीब म्हणून लोक असं काही देतात न् मग काढतात मागून... हिणवतात... कामं सांगतात."

तो बोलला ते काही खोटे नव्हते. गरिबीतूनच मी वर आलो होतो. जगाचा मला भलाबुरा अनुभव होताच.

नरकचतुर्दशीचा दिवस होता तो—

नेहमीप्रमाणे तो साडेपाचला माझ्याकडे आला—

त्या दिवशी काम नव्हते, म्हणून मी म्हणालो,

"दिवाळीची सुट्टी अं तुला आज, उद्या, परवा-अन् भाऊबिजेपर्यंत."

"पण तुमचं काही काम निघालं तर?"

"माझं मीच करीन ते—"

"तसं नको. मी एकदा दररोज येऊन जात जाईन—" असे म्हणून तो दारापर्यंत गेलेला परत आला आणि टेबलावरची पुस्तके खाली-वर करीत आतल्या आवाजात म्हणाला,

"मला ते सारे पैसे देता का आज? मला पाहिजेत."

मी त्याला सहा रुपये काढून दिले.

अत्यंत उत्साहाने नि उल्हासभरित अंत:करणानेच तो हसत-बागडत बाहेर पडला आणि तसाच तास दीड तासाने परतही आला.

त्याच्या हातांतील, कागदांत गुंडाळून आणलेल्या, बासनाकडे पाहत मी त्यास आश्चर्याने विचारले—

"काय आहे रे त्यात?"

"जम्मत!"

"जम्मत? कसली जम्मत? पाहू— मला दाखीव."

"अं-हं!! तुम्ही ठेवू द्याल मला हे बंडल इथं? मी घेऊन जाईन मग केव्हातरी. पण-पण यातली जम्मत मात्र पाह्यची नाही आं कुणी उघडून."

त्याने ते बासन एका पुस्तकाच्या कपाटात कोपऱ्याला अलगद ठेवून दिले, आणि तो बाहेर पडला. इतक्यात पुन्हा परत आला. लांड्या विजारीच्या खिशातून एक रुपया काढून तो माझ्यासमोर टेबलावर ठेवीत श्री म्हणाला,

"हा बंदा रुपया पण असाच ठेवा. बासनाबरोबरच हाही घेऊन जाईन- बरं का!" आणि तो नेहमीपेक्षाही विशेष काहीतरी आनंदात बाहेर पडला.

माझी जिज्ञासा अगदी पराकोटीला पोहोचली. अवधान सुटून श्रीने कपाटात ठेवलेले बासन मी उघडून पाहिले मात्र, मी अगदी दिङ्मूढ झाल्यासारखा झालो.

बासनातील वस्तू पाहून मला काही उलगडाच होईना. डोके खाजविण्यात मी दोन दिवस घालविले. दोन दिवस श्री माझ्याकडे फिरकलाच नाही. पण दोन दिवसांनी आला तो भाऊबिजेच्या दिवशी —असा तिन्हीसांजा.

आल्याआल्याच अधीरतेने त्याने आपले बासन कपाटातून काढून पाहिले.

"सोडलं होतंत ना! पाह्यलंत? सोडल्यासारखं दिसतंय कुणीतरी—"

मी ओशाळलो, पण हसून साजरे केले. मी का हसलो हे त्याने किती झटकन ओळखले. मला वाटले, तो मनात खट्टू होईल. पण तोही हसला आणि म्हणाला,

"तो रुपया देता का मला? बंदाच द्या अं! आणखीन... आणखीन तुम्ही आमच्या घरी येता आज? मी आईला विचारलंय..."

"कशाला रे?"

"उगीच. तुम्ही म्हणाला होता ना की, मला तुझं घर पाह्यचंय म्हणून. मग चला की आज."

"आपण नाही तुझ्या घरी येणार. तू आमच्या घरी परवा फराळ केला नाहीस. रागावलोय आम्ही तुझ्यावर—आणखीन हा काय प्रकार आहे, हेही सांगत नाहीस आम्हाला. मग कशाला या तुझ्या घरी?"

"तुम्ही घरी चला माझ्याबरोबर-मग सांगेन की! मी कुठे म्हटलं होतं सांगणार नाही म्हणून—"

त्याचे मन मला मोडवेना.

आनंदाच्या भरात तो रस्त्याने बागडत चालला होता. चालता चालता तो मध्येच थबके, काहीतरी सांगण्यासाठी म्हणून मला खेटून चालू लागे आणि पुन्हा विचार बदलून तो झपझप पावले टाकू लागे. अखेर त्यालाच राहवेना—

"आम्ही किनई गरीब आहोत. आमच्या तारीला अजून काही कळत नाही. ती हट्ट करते, अन् मग आईला फार वाईट वाटतं मनातनं— तिचा हट्ट पुरवता येत नाही म्हणून! जांभळा गरम कोट कर म्हणून दोन वर्षांपूर्वी मी असाच हट्ट घेऊन बसलो होतो. त्या दिवशी आईनं मला किती गोष्टी सांगितल्या... लुगडी नसतात धडकी म्हणून ती बाहेरदेखील पडत नाही कधी... सकाळ-संध्याकाळ दुसऱ्याचे कपडे शिवीत असते. आता मी कधी हट्ट घेऊन बसत नाही... तारीला किनई आमच्या झंपर हवाय तीन महिन्यांपासून... आमच्या आईला एकच धडकं मळकंसं लुगडं आहे... तुम्हाला ठाऊक आहे, ती काय म्हणते नेहमी ते?... ती म्हणते, आपला श्री मोठा होईल, खूप खूप पैसे मिळवील अन् तारे, तो तुला खूप छान छान झंपर, मला लुगडी अन् काय काय घेईल... जरा दम धर... मी आज तिला चकित करणार आहे... तारी तर नाचेलच. पण आईलादेखील भारी आनंद होईल— नाही का हो?"

श्रीला नकळत मी आपले डोळे पुसले.

"तू आपल्या आईला सांगितलंस नोकरीचं?"

"हो- मघाशीच. पण, या जमतीचं नाही सांगितलं काहीच!"

असे बोलत बोलतच आम्ही श्रीच्या घरी गेलो.

मला पाहताच त्याची आई संकोचून उभी राहिली.

"आई, ते हे बरं का! यांच्याकडे मी दररोज दोन तास नोकरी करतो. चांगले आहेत— अगदी आमच्या नानांसारखे-" असे म्हणत त्याने आपल्या आईच्या पुढ्यात बासन ठेवले.

"यात तारीला जम्मत आणलीय. अन् आई, तुलाही... पाहा तर खरं! सहा रुपये तीन महिन्यांत जे मिळाले ना, त्यातून हे लुगडं, तारीला झंपरला कापड, अन् ओवाळणीसाठी हा बंदा रुपया— इतकं सारं आणलंय. पत्ता लागू दिला नाही तुला—अन् यांनाही!"

आनंदातिशयाने, वात्सल्याने आणि श्रीसारख्या लहान मुलाच्या अकृत्रिम, निर्व्याज प्रेमाने श्रीच्या आईचे हृदय काठोकाठ भरून आले होते. भावनातिशयाने ती थरथर कापतच खाली बसली. त्यापूर्वीच तारीने बासन सोडले होते.

लुगड्याची घडी, तारी आणि श्री यांना हृदयाशी घट्ट घट्ट धरून, अश्रुपूर्ण नेत्रांनी माझ्याकडे पाहत ती सद्गदून म्हणाली—

"अन् लोक म्हणतात, मी गरीब-भिकारी आहे म्हणून!"

■

आई असती तर

परिचय

'आपल्याला सख्खी आई नाही, आपण अतिशय काळे आहोत आणि आपण काळे आहोत, म्हणूनच आपण आपल्या सावत्र आईला नि बाबांना आवडत नाही, म्हणूनच ते आपला राग राग करतात, आपल्याला तिरस्कारतात,' असे या कथेतल्या सदूला वाटत होते.

पण त्याला सख्खी आई होती ती कुठे दूरसुद्धा निघून गेली नव्हती. घरात, अगदी त्याच्या जवळ होती ती! जिला तो आपली सावत्र आई मानीत होता, तीच त्याची सख्खी आई होती! सदू काळा असल्यामुळे आणि त्याच्या काळेपणाची पदोपदी सर्वांकडून थट्टा होत असल्यामुळे त्याच्या जन्मदात्या आईला 'हा आपला मुलगा आहे' असे लोकांना सांगायची लाज वाटू लागली. नवऱ्याच्या संमतीने 'तो आपल्या सवतीचा मुलगा आहे' असे तिने जगाला भासवायला सुरुवात केली.

'तिळाच्या वड्या' या गोष्टीत आईच्या मनाची उज्ज्वल बाजू कवठेकरांनी रंगविली आहे. या कथेत आईचे मन हेसुद्धा स्वार्थी मनुष्याचेच मन असते, सौंदर्याच्या खोट्या कल्पनेला बळी पडून ते आपल्या पोटच्या गोळ्यावरसुद्धा अन्याय करू शकते, हे त्यांनी तितक्याच कुशलतेने चित्रित केले आहे.

''अगं बाई खरंच? खरंच का हा तुमचाच मुलगा? इश्श! अन् मग हा एवढा काळा? काहीतरीच!''

राधेचा चेहरा खर्रकन उतरला.

ती त्याच पावली आपल्या बिऱ्हाडी आली.

आल्याआल्याच तिने धाडकन दरवाजा लावून घेतला. ती स्वतःच स्वतःवर

संतापली. त्याच संतापात तिने सदूच्या पाठीत रट्टा मारला आणि ती चिडून म्हणाली,

"मेल्याला हजार वेळा सांगितलं असेल— सारखा मेला मागे मागे हिंडेल माझ्या! जशी काही मी कुठे पळून चालल्येय—"

बिचारा सदू मुळुमुळु रडू लागला.

सदू काळा होता, हा काही त्याचा अपराध नव्हता. पण-पण तो राधेचा मुलगा म्हणून राधेला शोभत नव्हता.

कारण—

राधा होतीच तशी गोरीपान-नाकीडोळी नीटस आणि तिच्या एकंदर शरीराची ठेवणच किती बांधेसूद, रेखीव आणि ठसठशीत!

कृष्णरावदेखील तितकेच सुंदर. नवराबायको ती-ती कशी परस्परांना अगदी अनुरूप होती.

राधेला तीन अपत्ये होती. तिच्या अंगापिंडावरून तिला तीन मुले असतील हे खरेदेखील वाटत नसे कोणाला. पण लोक आश्चर्य करीत. तिच्याकडे विशेष चिकित्सक, चमत्कारिक नजरेने पाहत ते सदूमुळेच.

कृष्णरावांनाच काय, पण स्वत: राधेलाही सदूची लाज वाटे.

सदू झालाच होता तसा काळा—

त्याची धाकटी भावंडे जितकी गोरीगोमटी, गुटगुटीत नि हुशार दिसत तितकाच सदू काळा, किडकिडीत आणि वयाच्या मानाने खूप उंच दिसे. त्याला अंघोळ घाला, कितीही धुवा-पुसा, तरी त्याच्या त्वचेवर नेहमी आपले कीट चढलेले असल्यासारखे दिसे.

"तुझा सदू असा काळाकुळकुळीत-हेड्यामेड्यासारखा कसा रे झाला?" असे कृष्णरावांचे स्नेहीदेखील त्यांना कधी थट्टेने, तर कधी कुचेष्टेने विचारीत. अशावेळी कृष्णराव मिठाची गुळणी धरीत, तरी ते मनातून मात्र खूप खट्टू होऊन विषादत. त्यांनी असा चेहरा टाकला की, त्यांच्या स्नेह्यांना त्यांना छेडायला अधिकच जागा मिळे. त्यामुळे कृष्णराव अधिकच खजील होत.

परकी माणसे तर असे म्हणतच, पण घरची- तीदेखील तसेच बोलत.

राधेच्या जावा काळ्यासावळ्याच होत्या आणि स्वाभाविकपणेच मुलेही आपल्या आयांच्याच रंगारूपावर सर्वस्वी गेली होती. त्यांच्या त्या मुलांच्या रंगारूपाचा कधी चुकून जरी विषय निघाला, तरी त्या आपल्या धाकट्या जावेच्या काळ्याकुळकुळीत मुलावर 'वाकडीतिकडी' टीका करून आपला राग शमन करीत. एवढेसेच कोठे न्यून असलेल्या सुस्वरूप व आपल्या सासुसासऱ्यांच्या आवडत्या अशा सुनेच्या नाकात काड्या घालायला आणि तिला घालून-पाडून बोलायला त्यांना सदूचा विषय

म्हणजे तोंडीलावण्याप्रमाणे झाला होता.

गरीब बिचारी राधा, हे सारे निमूटपणे ऐकून घेई— सहन करी. तिला वाटे- आपलेच नाणे खोटे— सदू असा काळा नसता तर...

पहिल्यापहिल्याने त्या नवराबायकोला सदूच्या काळ्या वर्णाबद्दल मोठी चुटपुट लागून राहिली होती. ती तासन्तास या गोष्टीवर विचार करीत-खल करीत. पण खल करून का त्यांना या गोष्टीची शहानिशा करता आली असती? आणि त्याचा निर्णय तरी कसा लावता आला असता? 'देवाची करणी- माणसाच्या हाती थोडंच असतं हे' असे म्हणून ती पुढे समाधान मानून घेऊ लागली. तरी लोक त्यांना थोडेच चैन पडू देत?

यामुळे राधेने तर घराबाहेर जाणेदेखील वर्ज्य केले.

सदू चार वर्षांचा होईतो हे असेच चालले होते—

त्याच सुमारास कृष्णरावांची अनपेक्षितपणे पुण्याला बदली झाली.

आता पुण्याला तरी सदूच्या रंगारूपाबद्दल आपणास कोणी फारसे विचारणार नाही आणि घरातल्या माणसांप्रमाणे तेथे चिडवायला कोणी आप्तेष्टही नाही, म्हणून त्या पतिपत्नींना खरा खरा आनंद झाला. पण पहिल्याच परिचयाच्या झपाट्यात राधेचा आनंद अगदी विरजून गेला.

ज्या 'रामा'ला ती नागपुरास भीत होती, तोच 'राम' पुण्यासही पुढे दत्त म्हणून उभा होताच.

तेव्हापासून ती पुण्यातही आपला उंबरा ओलांडीनाशी झाली.

या गोष्टीला आठ-पंधरा दिवस होऊन गेले—

एके दिवशी ती नवराबायको याच गोष्टीसंबंधी बोलत बसली असता, कृष्णरावांच्या डोक्यात चटकन एक कल्पना आली.

कृष्णरावांचा हा द्वितीय संबंध होता.

त्यांची पहिली पत्नी कृष्णरावांना बिजवराचा 'डाग' लावून आणि राधेला नको तो 'दागिना' ठेवून गेली होती. ती कधीही न पाहिलेली सवत राधेच्या गळ्यात जिवतीच्या इवल्याशा स्वरूपात सवत होऊन बसली होती.

त्या तिच्या सवतीवरच कृष्णरावांचे त्यावेळी लक्ष खिळले होते.

"हात्तेच्या! आत्तापर्यंत ही गोष्ट माझ्या कशी लक्षात आली नाही, कोण जाणे!" असे म्हणून कृष्णराव राधेच्या गळ्यातील मंगळसूत्रावर हात ठेवणार, तोच ती मागे कलत म्हणाली,

"इश्श! हा काय हा चहाटळपणा! आता शोभतं का असं करणं?"

"अगं ती सवत आहे ना तुझ्या गळ्यात!"

"मग-?"

"आपला सदू— तो काळा आहे ना?"

"इश्श! मग ही गळ्यात आहे-होती, म्हणून सदू काळा झाला असं का आपल्याला म्हणायचंय?" कृष्णराव सदूच्या काळ्या वर्णाशी आपल्या गळ्यातील सवतीचा बादरायण संबंध जोडू पाहत आहेत, असे समजून राधा उपहासाने हसत म्हणाली, "बाकी चांगलंच चालतंय हो डोकं आपलं!"

"अगं, तसं नव्हे गं ऽ ऽ ऽ"

"मग कसं हो ऽ ऽ ऽ?" कृष्णरावांपेक्षाही लांब हेल काढीत राधा म्हणाली.

"तुझ्या गळ्यातली ही सवत—तिचा घेऊ आपण फायदा करून!"

"म्हणजे? मी नाही समजले!"

"तो सवतीचा आहे म्हणून सांग कोणी विचारलं तर. लोकांना आपण तसंच भासवू. सवत आहेच तुझ्या गळ्यात पुराव्याला."

"पण ती तरी गोरीच होती ना? लोक विचारणारच किनई?"

"बाकी बायकांना अक्कल कमीच असते म्हणतात ते काही खोटं नाही. अगं, ती गोरी होती की काळी होती, हा प्रश्नच कसा उद्भवेल? अन् विचारलं कुणी तर सांग की, ती डांबरासारखी काळी होती म्हणून."

"इश्श! काहीतरीच आपलं बोलायचं! जीभ तरी रेटेल का माझी, त्याला सवतीचा म्हणून म्हणायला?"

"न रेटायला काय झालं? तू न सांगितलंस, तरी मी सांगेन- अगदी खुशाल! अगं, त्यात काय आहे!"

"आपल्याला त्याची तो काळा म्हणून लाज वाटत असेल, तर खुशाल म्हणा त्याला पहिलीचा आहे म्हणून. मी मात्र नाही हो सांगणार कुणाला असं!"

"वेडी! शुद्ध-शुद्ध गाढव आहेस तू. अगं, सवतीचा म्हटल्यानं तो काही सवतीचा होत नाही. पण, तसं भासवल्यानं लोकांचे प्रश्न अन् शंकाकुशंका तरी निघणार नाहीत."

हो-ना करता करता सदूला नेहमी सवतीचा मुलगा म्हणून म्हणायचे ठरल्यानंतर राधेला किंचित बावरल्यासारखे झाले. पण शेजारणीचे बोल ऐकल्यामुळे, कृष्णरावांची ती कल्पना तिला अगदीच काही रुचली नाही असे नाही.

पहिल्यापहिल्याने तसे सांगताना राधेला जीव मुठीत आल्यासारखा होई. सदू सवतीचा आहे असे म्हणताना तिची जीभ लुळी पडून ती चाचरे. शेजाऱ्यापाजाऱ्यांना मात्र वाटू लागले की, राधाबाई म्हणजे किती सालस नि सुस्वभावी! मुलगा सवतीचा आहे हे सांगायलादेखील त्या संकोचतात. सावत्र आई असलीच तर ती अशी असावी!

हा प्रयोग यशस्वी होत चाललेला पाहून त्या पतिपत्नीस समाधान वाटू

लागले. राधा आता उजळ माथ्याने बाहेर हिंडू फिरू लागली.

◆

पुण्याला येऊन कृष्णरावांना आता दोन वर्षे झाली होती. दिवाळी जवळच आली होती. त्यांच्या आईवडिलांनीही त्यांना दिवाळीला नागपूरला बोलावले होते. तेही कंटाळलेच होते.

ते रजेवर नागपूरला घरी आले—

सदू आता सहा-सात वर्षांचा झाला होता. त्याला थोडीफार समजही येत चालली होती.

नागपूरला घरी येताच पहिल्याप्रमाणे साऱ्या जणांनी पुन:पुन्हा सदूकडे पाहून त्याच्या काळेपणाबद्दल विषाद प्रकट केला. पुन्हा चर्चा झाल्या. पुन्हा त्या पतिपत्नीला घरच्यादारच्यांनी खूप छेडले. राधेला तर मरो-पुरेसे झाले.

आणि सदूच्या काळ्या रंगाबद्दल बोलणे निघाले की, इकडे सदूचा चेहरा गोरामोरा होई. त्याच्या मनाला कसले तरी दु:ख होई. जिला आपण आई म्हणतो ती आपली आई नाही, अशी त्याची अलीकडे समजूत होत चाललीच होती.

एके दिवशी त्याने आपल्या आजीस गरिबीने हळूच विचारले,

“आजी, आई मला पुण्याला नेहमी सवतीचा म्हणते, म्हणजे गं काय? मी तिचा नाही का- बेबीबब्याप्रमाणं?”

“अं-हं!”

“मग सवतीचा म्हणजे काय गं?”

“सवतीचा म्हणजे कृष्णाच्या पहिल्या बायकोचा. तुझी पहिली आई किनई देवाघरी गेली. ही राधा काही तुझी खरी आई नाही.”

“खरी आई म्हणजे गं काय, मग?”

“खरी आई म्हणजे, -बब्या जसा राधेच्या अंगावर पितो ना, तसा काही तू तिच्या अंगावर प्याला नाहीस. जिच्या अंगावर तू प्यायलास, ती तुझी आई किनई तू लहान असताना देवाघरी गेली. कळलं ना आता तुला?” असे म्हणून सदूची आजी हसली. जवळच उभ्या असलेल्या सदूच्या चुलत्याही फिदीफिदी हसल्या. त्यावेळी कृष्णरावदेखील तेथेच होते. तेही गालातल्या गालात हसू लागले. पण, राधा मात्र हसली नाही. उलट ती विषादून एकदम दुर्मुखली. सदू तर खट्टूच झाला मनात.

अजूनही सदूच्या मनात एक शंका होतीच.

“मग मी वाढतो- उंच उंच होतो कसा?”

“म्हणजे?” आजी आश्चर्याने सदूच्या गोऱ्यामोऱ्या झालेल्या चेहऱ्याकडे पाहत म्हणाली.

“आमचे पुण्याचे मास्तर म्हणाले की, आईनं नुसता मुलांच्या अंगावरून हात फिरवला तरी ती बाळसं धरतात अन् मग वाढतात. मला तर खरी आई नाही, मग मी गं कसा वाढतो?”

त्याचा हा प्रश्न ऐकून राधेसह सारीच हसू लागली.

सदू अधिकच गोरामोरा होऊन आजीकडे, कृष्णरावाकडे आणि राधेकडे आळीपाळीने पाहू लागला.

त्याच्या आजीने चेहरा गंभीर केला आणि त्याच्या तोंडावरून मायेने हात फिरवून ती म्हणाली,

“तुझे मास्तर म्हणाले ते खरं आहे. तू रात्री झोपलास किनई, म्हणजे तुझी खरी आई हळूच अंधारातून येते, तुझ्याजवळ बसते, तुझ्या अंगावरून मायेने असा खूप वेळ हात फिरवते, अन् मग तू जागा होण्यापूर्वीच निघून जाते...”

आता तर सदूची खात्रीच झाली.

आपण तुझी खरीखुरी आई आहोत— आजीने तुझी थट्टा केली, असे सदूला सांगून त्याच्या मनातील गैरसमज दूर करावा, असे राधेच्या मनात आले नाही असे नाही. पण—

पण त्याची पोरबुद्धी— तो सहज पुण्याला कोणाजवळ तरी खरे बोलून जाईल आणि लोकांना खरी वस्तुस्थिती कळून ते आपणाला उलट नावे ठेवू लागतील, या भयाने तिने मूग गिळले.

तिने त्याचा तो गैरसमज तसाच राहू दिला.

◆

रजेच्या मुदतीनंतर कृष्णराव सहकुटुंब पुण्यास आले. त्यावेळी राधेने एक सुटकेचा नि समाधानाचा सुस्कारा सोडला; इतके तिला नागपूरचे वातावरण असह्य झाले होते.

कृष्णरावांकडे एके दिवशी एक गृहस्थ आले. त्यावेळी सदू, बेबी आणि बब्या ही त्यांची तिन्ही मुले बैठकीच्या खोलीतच खेळत होती.

मुलांकडे पाहत बसता बसताच तो गृहस्थ म्हणाला,

“तुमचीच का ही दोन्ही मुलं?”

बेबी-बब्याकडे अभिमानाने पाहत कृष्णराव उत्तरले,

“हो.”

“नि हा कोणाचा? आपल्या कोणा नातेवाइकाचा, की—”

सदूची आधीचीच कळा ती तशी, त्यातून त्याची आताची कळा पाहून तर कृष्णरावांना लाजल्यासारखे झाले. ते ओशाळले आणि नकळत त्यांचा चेहरा

खरकला. त्यांनी गटकन अवंढा गिळला.

"नाही... हा-हादेखील माझाच."

"आश्चर्य आहे! एक्सक्यूज अं! पण, मला नाही तसं वाटलं त्याच्या रंगारूपाकडे पाहून—"

"छे! छे! त्यात कसली आली आहे क्षमा! हा आमच्या पहिल्या कुटुंबाचा—"

आपण सांगितले तेवढे पुरे नाही की काय असे वाटून, पुन्हा आवंढा गिळून गळा साफ करीत कृष्णराव म्हणाले,

"आमचं पहिलं कुटुंब जरा काळंसावळंच होतं—"

"अस्सं! म्हणजे ही द्वितीय संबंधापासूनची मुलं वाटतं? भारी सुंदर आहेत आँ ही दोन्ही मुलं! छान! छान!! दृष्टदेखील लागायची त्यांना आम्हा आल्यागेल्याची. दृष्ट काढीत चला त्यांची दररोज."

तो गृहस्थ जरा फाजील स्तुतिपाठक होता. बब्याला उचलून त्याने त्याचा मुकादेखील घेतला. केवढा प्रेमाचा उमाळा आला होता त्याला!

राधा दाराआडून हे सर्व ऐकत होती; पाहत होती.

तिला तो संवाद ऐकून कसेसेच वाटले.

'सदूदेखील आपल्या बेबी-बब्यासारखाच झाला असता तर... यापेक्षा नसताच झाला तर...' किती झटकन हा विचार तिच्या मनाला चाटून गेला. पण, त्याबरोबर तिच्या सर्वांगावर काटाच उभा राहिला. तिचे काळीज लकलकले.

तो गृहस्थ निघून जाताच राधेला काय वाटले कोण जाणे, ती बैठकीत आली— आल्याआल्याच तेथे फतकल मारून तिने बेबी-बब्याचे पटापट मुके घेतले आणि त्यांना एकदम हृदयाशी कवटाळीत पुढेमागे हेलकावे खात, कृष्णरावांकडे स्नेहाळ कटाक्ष टाकून ती म्हणाली,

"खरंच, या माझ्या सोनुकल्यांना दृष्ट लागेल लोकांची! जिभेला काही हाड त्यांच्या! असं बोलवतं तरी कसं माणसांना-?"

पण पत्नीच्या बोलण्याकडे दुर्लक्ष करीत कृष्णराव खेकसले—

"तुला हजार वेळा सांगितलं असेल की, माझ्याकडे कुणी आलं म्हणजे तरी याला बैठकीत येत जाऊ देत नकोस म्हणून— त्याची कळा तर पाहा! नाक बघ... सारखा सुरसुर करतोय अन् त्याला चांगलासा सदराबिदरादेखील नाही वाटतं घरात?"

"मी तरी काय करणार! आत्ता घालावा धुतलेला सदरा अंगात तो तो जातो रस्त्यावर खेळायला अन् अस्सा येतो घाण करून. तरी बरं! सारखी आवरीत असते—अरे-अरे करीत असते. पिसाळून सोडलंय मेल्यानं—"

"पण बाहेर कशाला येऊ देतेस त्याला? लाज काढतो ना माझी! नागपुरात

ते तसं. पुण्याला हे असं! कारटं तरी चांगलं झालंय!''

कृष्णराव चिडले होते त्या गृहस्थावर. पण तो राग मात्र त्यांनी पत्नीवर संतापून काढला आणि राधेने तोच राग सदूच्या पाठीवर चांगलाच नादवून दाखविला.

बिचारा सदू!— तो मात्र मुळुमुळु रडू लागला.

बोला-फुलाला गाठ पडून त्या दिवशी बेबीला ताप का नये भरू! ताप भरलाच तिन्हीसांजा. तिला दृष्ट लागली असे समजून राधेने तिची आणि तिच्याबरोबर बब्याची मीठमोहऱ्यांनी दृष्ट काढून, त्या 'दृष्टावलेल्या' मीठमोहऱ्या तिने जळत्या शेगडीत टाकल्या.

सदू हे सर्व पाहत जवळच उभा होता.

शेगडीत टाकलेल्या मीठमोहऱ्या तडतड वाजू लागल्या, तशी राधा अभावितपणेच सदूकडे पाहून पुटपुटल्यागत म्हणाली,

''पाह्यलंस ना- कसं तडतड वाजतंय ते, अन् घाणदेखील किती सुटल्ये ती! माझ्या छबुकड्यांना दृष्ट गं लागली मेल्याची!''

''दृष्ट लागली म्हणजेच तडतडतं अन् घाण सुटते का गं आई?'' विमनस्कपणे डोळे आकुंचित करीत सदू म्हणाला.

''हो तर काय!''

''अन् -अन् दृष्ट कुणी गं काढायची असते, आई? बाबा नाही कधी काढीत ती दृष्ट?''

''गाढवा! पुरुष का काढतात कधी दृष्ट?... आईने मुलांची दृष्ट काढायची असते— समजलं?''

''मला जर दृष्ट लागली, तर— तर मलादेखील ताप येईल का गं?''

''चल मेल्या! तुला कुण्णाचीसुद्धा दृष्ट लागणार नाही— लक्षणं तरी चांगली असायची होती मेल्याची! नीट बोल नाऱ्या... सदा न् कदा मेला अभद्र बोलेल...''

सदू किती पण हिरमुसला— किती पण खट्टू झाला मनात! कसल्या तरी आईच्या दुराव्याने त्याचे बालहृदय तडतडले-फडफडले आणि दुखावले.

त्याच्या मनात विचारच विचार उठले—

त्याला आकलन करता न येण्यासारख्या विचारांनी त्याच्या अंत:करणात कहर केला. तो अजूनही तेथेच उभा होता. राधा त्याच्याकडे पाहून उगाचच तिरसटल्याप्रमाणे म्हणाली,

''जा आता— अभ्यास करीत बसा— जा.''

सदूचे डोळे नकळत ओले झाले— त्याने चटकन तोंड फिरवले आणि तो जड अंत:करणाने तेथून निघून गेला.

-मेल्यागेल्या शिव्या देण्याची राधेला अलीकडे सवयच जडली होती. 'आई,

मलासुद्धा ताप येईल का गं?' या सदूच्या शब्दांचाच राधेला राग आला होता. म्हणूनच ती सकारण म्हणा की अकारण म्हणा, सदूला चिडून बोलली.

तान्ही आणि पारठी यांच्या बाबतीत आईच्या प्रेमात विशेष फरक असतो असे नाही. तरी पारठ्या मुलांना तो भेद एखादेवेळी तरी जाणवल्याशिवाय राहत नाही. आपली आई बेबीच नुसती होती तेव्हा जेवढे आपणाकडे दुर्लक्ष करीत असे त्यापेक्षाही अधिक दुर्लक्ष बब्या झाल्यापासून ती करू लागली आहे, असे सदूच्या बालमनाला कधीपासून तरी वाटू लागले होते. बेबी तर आईचा ओचाही सोडीत नसे आणि बब्या जेव्हा पाहावा तेव्हा आपला आईच्याच कुशीत असे. सदू पारठा होता, मोठा-तिच्या दृष्टीने काहीसा नेणता होता, म्हणून राधा त्याच्यापासून किंचित तुटून वागल्यासारखी वागे. याचे कारण कदाचित असेही असू शकेल—

तिने सदूला जवळ घेतले, तरी त्या मायलेकरांच्या रंगात जमीनअस्मानाची तफावत दिसे. तो विरोध उठून दिसे— इतका की, सदूला नि राधेला जवळजवळ बसलेली पाहिली की, कृष्णराव थट्टेने कधी कधी म्हणतही की—

"बाकी काहीही म्हण, पण सदू तुझा मुलगा शोभत नाही. तो सवतीचा आहे, असं हे तोंडानं सांगण्याचीदेखील जरूर नाही."

तिलाही अलीकडे तसेच वाटू लागले होते की काय कोण जाणे. पुण्याला आल्यापासून ती कधी बाहेर पडली तरी ती सदूला बरोबर नेत नसे— अगदी तो रडला आणि हट्ट धरून बसला तरी.

याचा जो परिणाम व्हावयाचा तोच झाला—

सदूची बालंबाल खात्री झाली की, हा सारा जो दुजाभाव होतो तो आपण 'सवतीचा मुलगा' म्हणून. याच दृष्टीने तो राधेच्या वर्तनाकडे, तिच्या प्रत्येक गोष्टीकडे पाहू लागला होता.

त्याच्या बालमनात नकळत त्याच्या दोन धाकट्या भावंडांविषयी द्वेष उत्पन्न झाला; ठिणगीठिणगीने तो द्वेष धुमसत होता. तो त्याचा मनातून राग राग करू लागला आणि बालमनात असला राग, रुसवा, द्वेष कोंडून राहतो थोडाच! पदोपदी त्याचा स्फोट होई— त्याच्या वर्तनातून तो दिसून येई. बेबीशी तो बोलेनासाही झाला.

बेबीची व त्याची घटकोघटकी भांडणे होऊ लागली. तो बेबीला हिडीसफिडीस करी. बेबीने त्याच्या पुस्तकाला हात लावला तरी तो खसकन तिच्या अंगावर ओरडे, क्वचित तिला मारीही. ती रडे— तिचे रडे ऐकून मुलाच्या हडद्याने आधीच त्रासलेली, संसारातील कष्टाने चिडकी बनलेली राधा धावत येई आणि सदूलाच मरवडे घालून त्यालाच बदाबदा मारी.

दिवसेंदिवस सदू अधिकाधिक अशक्त होऊ लागला. त्याची हाडेन्हाडे दिसू

लागली. खाल्लेले अन्न त्याच्या अंगी लागेना. आधीच तो काळा— पुरा काळा होता आणि शरीरातील रक्त असे मानसिक व्यथेने जळून जाऊ लागल्यामुळे तर तो पूर्वीपेक्षाही कळकट काळा दिसू लागला

"अगं, त्याच्याकडे जरा पाहा— दिवसेंदिवस तो जास्त जास्त खराब होत चाललाय." असे कृष्णराव कधी राधेला म्हणालेच, तर तीच उलट चिडत असे.

"मग मी करू तरी काय म्हणता? घरात का खायलाप्यायला नाही की काय नाही! मेला अंगी लावून घेईल तर! घरात आपण नसल्यावर पाह्यचं होतं— नुसता छळवाद मांडतो माझा. आपलंच पोर म्हणून— नाहीतर कुणीसुद्धा एवढा हडदा काढला नसता त्याचा. अलीकडे मात्र दोन वेळ खायजापुरता घरात असतो... अन् नसतो तोपर्यंतच बरं असतं! घरात असला की, पळभरदेखील त्याचं नि बेबीचं जमत नाही."

सदू बाहेर का असतो याची जर त्या पतिपत्नीला कल्पना असती तर तर... त्याच्या मनात काय काय विचार येत, तो तासन्‌तास कोणत्या गोष्टीचा विचार करीत राही, अधूनमधून त्याचे डोळे तळवून त्यात तरारून अश्रू उभे का राहत, हे जर त्यांना कळते तर-?

आपल्याला सख्खी आई नाही, आपण अतिशय काळे आहोत आणि आपण काळे आहोत, म्हणूनच आपण आपल्या सावत्र आईला नि बाबांना आवडत नाही— म्हणूनच ते आपला राग राग करतात, आपणाला तिरस्कारतात, असेच सदूला वाटत होते.

आपण सर्वांत अधिक काळे आहोत, म्हणूनच वर्गातील मुलेदेखील आपणास चिडवितात, म्हणूनच आपणाशी कोणी दोस्ती करीत नाही, हेही त्याला आता कळून चुकले होते. त्याचे बालमन आंबून चालले होते. तो मनाने खुरटत होता व शरीराने खंगत चालला होता. अशावेळी त्याच्या वर्गात नेन्यांचा आनंद आला.

तोही सदूइतकाच काळा होता. एवढेच एक कारण त्याची दोस्ती होण्यास पुरेसे होते. अलीकडे तो घरी नसे त्याचे कारण हेच-तो नेहमी आनंदाकडे असे.

आनंदाच्या घरी जाऊ-येऊ लागल्यापासून सदूच्या मनात वारंवार एक शंका येई. काळ्या आईलाच काळी मुले होतात हीच त्याची समजूत झाली होती.

सदू आज आनंदाकडे तिन्हीसांजाचा आला त्यावेळी त्याच्या मनात हाच विचार घोळत होता.

सदू आनंदाकडे कितीतरी वेळ सारखा याच विचाराने टक लावून पाहत होता.

"असा काय रे पाहतोस माझ्याकडे?"

"मला मोठी गंमत वाटते तुझी! तुझी आई तर पुष्कळ गोरी आहे- अन् मग तूच कसा रे काळा?"

"मला नाही ठाऊक!" आनंद गोंधळून म्हणाला. आजपर्यंत त्याच्या मनात असली काही कल्पनाच आली नव्हती.

"काळ्या मुलावर आईचं प्रेम असत नाही. ती काळ्या मुलाचा राग राग करते." स्वानुभवावरून सदू म्हणाला.

"तसं नाही काही! माझी आई तर माझ्यावर खूप माया करते- तू पाहतोसच. तुझी आई सावत्र आहे म्हणून ती तुझा राग राग करीत असेल..."

इतक्यात आनंदाची आई ते दोघे बसले होते त्या ठिकाणी आली आणि म्हणाली,

"आनंद, खाली चल. तुझी मला दृष्ट काढायचीय. तू फार गुण करतोस असं ते न् त्यांचे स्नेही म्हणत होते आज... चल खाली."

सदूचे मन नकळत तिडकले. त्याचा चेहरा खरकला.

तोही आनंदाच्या मागून त्याच्याबरोबर खाली आला.

आनंदाची आई आनंदाची दृष्ट काढणार तोच तिची दृष्टी काहीशा अंतरावर हिरमुसले तोंड करून उभ्या असलेल्या सदूकडे गेली.

बेबीची आणि बब्याची आई दृष्ट काढते, पण आपली मात्र दृष्ट ती कधीच काढत नाही, असे सदू आनंदाजवळ बोलला होता. तीच गोष्ट आनंद आपल्या आईजवळ बोलला होता. त्याच गोष्टीची आनंदाच्या आईला एकदम आठवण झाली की काय कोण जाणे. पण ती म्हणाली,

"सदू, तूदेखील ये हो आनंदाबरोबर. तूसुद्धा फार गुण करतोस. तू आनंदाचा दोस्त ना- ये, मी तुम्हा दोघांची दृष्ट काढते अं!"

सदू एकदम संकोचला. त्याचा चेहरा गोरामोरा झाला. तो खाली पाहू लागला. त्याला काय वाटले ते असो, पण त्याचे डोळे मात्र पाण्याने भरून आले आणि खाली पाहत पाहतच तो पायाच्या अंगठ्याच्या नखाने जमीन खरवडू लागला.

राधेशी आनंदाच्या आईचा थोडाफार परिचय झाला होता. सदू हा राधेचा सावत्र मुलगा आहे अशी शेजाऱ्यापाजाऱ्यांची समजूत होती, तशीच आनंदाच्या आईचीही होती. राधा सालस आणि सुस्वभावी आहे असे तिला माहीत होते. पण सावत्र आई कितीही सुस्वभावी नि प्रेमळ असली, तरी ती आपल्या मुलांत व सवतीच्या मुलांत थोडा तरी दुजाभाव करणारच, ही जी एक भावना, तीच भावना आनंदाच्या आईची राधेविषयी होती. म्हणूनच तिला सदूबद्दल विशेष सहानुभूती वाटे आणि या वेळी तर ती विशेष वाटली.

"ये की रे सदू! मी खोळंबलेय ना—"

"नको- मी काळा आहे. मला कध्धीसुद्धा दृष्ट लागत नाही— लागणार नाही... आई म्हणते—"

"वेडा आहेस! येतोस ना! मी मग तुझ्याशी बोलणार नाही आं अशानं कधी. आनंदालादेखील बोलू नकोस तुझ्याशी म्हणून सांगेन—चल, ये पाहू!"

सदू निमूट पुढे गेला. त्या दोघांची आनंदाच्या आईने दृष्ट काढली आणि तिने त्या मीठमोहऱ्या चुलीत टाकल्या. त्या तिडतिडल्या-तशीच घाणही सुटली.

"घाण सुटली म्हणजेच दृष्ट लागली असं समजायचं ना हो!" सदू भीतभीत खालच्या आवाजात म्हणाला.

"हो बरं, सदू!"

"मग, खरंच आज आनंदाला दृष्ट लागली होती कोणाची तरी, नाही का हो आ...!"

त्याच्या ओठावर आई हा शब्द आला होता, पण तो चाचरला. हे पाहून आनंदाच्या आईने सदूला जवळ घेतले आणि मायेने त्याच्या मस्तकावरून, पाठीवरून हात फिरवीत ती म्हणाली,

"सदू, मीदेखील तुझी आईच आहे असं समज. तुला मला आई म्हणायचं होतं ना? म्हण की मग! आनंद नाही का म्हणत मला आई म्हणून?"

सदू आणखीनच ओशाळला. आनंदाच्या आईचा आग्रह पाहून तो म्हणायचे म्हणून चटकन म्हणून गेला—

"आई!"

किती थोडक्यात बालमन आपलेसे करून घेता येते!—

किती थोडक्यात बालकांच्या मनात आपल्याविषयी आदर व प्रेम ही निर्माण करता येतात! सदू चटकन 'आई' म्हणून गेला खरा, पण त्यालाच त्या शब्दांतून उत्पन्न झालेली लहर गोड गोड-अननुभूत वाटून तो पुन्हा एकदा, दोनदा, तीनदा पुटपुटल्यागत म्हणाला,

"आई! आई ऽ आ ऽ ऽ ई!!"

त्याचे अंतःकरण अननुभूत अशा भावनेने फुलल्यासारखे झाले. त्याच्या बालमनात कसली तरी सुखद अशी आंदोलने झाली. त्याच्या नसानसांतून स्फूर्ती आणि चैतन्य उत्पन्न झाल्यासारखे झाले. त्याला त्या भावनेचा अर्थ कळला नाही. तरी एकाएकी त्याला एवढा आनंद झाला की, त्याने झटकन आपले दोन्ही हात लांब करून आनंदाच्या आईच्या कमरेभोवती लपेटले- तिच्या ओच्यात तोंड खुपसले आणि कसल्या तरी दडलेल्या दुःखाचा बांध त्या आनंदाच्या हबक्याने फुटून तो स्फुंदू लागला आणि स्फुंदत स्फुंदत म्हणाला,

"आनंदाच्या आई, -आई, मला कधीच दृष्ट लागायची नाही का हो? मुलं आजारी पडली म्हणजेच दृष्ट लागली असं समजायचं का हो?"

"छे! छे! वेडा कुठला! तसं नाही काही. दृष्ट लागली म्हणजे दृष्ट काढतात-

दृष्ट लागू नये म्हणूनसुद्धा दृष्ट काढतात.''

''पण दृष्ट लागली म्हणजे मोहऱ्या तडतडतात-घाण सुटते.''

''मघाशी नव्हती का मग घाण सुटली-मोहऱ्यादेखील तडतडल्या होत्या—''

''पण ती दृष्ट आनंदाला लागली होती—''

''अन् तुलादेखील लागली होती-म्हणून...''

''पण दृष्ट आईनंच काढली तर निघते—''

''तसं नाही रे...''

सदूच्या बालमनात कसकसले विचार येत असले पाहिजेत याची आनंदाच्या आईला कल्पना आली. तिने त्याची पुष्कळ समजूत घालण्याचा प्रयत्न केला. पण त्याचे समाधान व्हावे कसे!

त्यानंतर काही वेळाने तो घरी आला, पण त्याच्या मनात मात्र विचार-वावटळी उठत होत्या.

तो घरी आला त्यावेळी, शनिवार असल्यामुळे, त्याची आई बेबी-बब्याला घेऊन शनीला गेली होती. त्याचे वडील घरी येऊन माडीवर बसले होते.

आई आणि भावंडे घरात नसलेली पाहून त्याच्या मनात एक कल्पना आली. एक प्रत्यक्ष प्रयोग करून पाहण्याचे त्याच्या मनात आले. आपणाला दृष्ट लागणे शक्य आहे का— ती लागली असेल का? आनंदाची आई म्हणाली ते खरे असेल का? या गोष्टीची त्याला शहानिशा करून घ्यावयाची होती.

आगेमागे पाहत-चोरट्याप्रमाणे तो स्वयंपाकघरात गेला.

त्याने चटदिशी मिठाचे पाळे शोधले-मोहऱ्यांचे पाळे खाली काढून घेतले. त्यातून थोडे मीठ, थोड्या मोहऱ्या हातांत घेऊन तो देवघरात गेला.

आपल्याला दृष्ट लागली असेल तर काय मजा होईल... आपण आईला सांगून तिची खात्री पटवून देऊ... आनंद काळा असूनदेखील त्याला नाही का दृष्ट लागली? तशीच मला पण का नाही लागणार? अन्... अन् दृष्टच लागली तर... आता मात्र त्याच्या मनात शंकाकुशंकांनी काहूर केले. त्याचे हात थरथरत होते-त्याचे तळवे सरदले होते. त्याचे पायही थरकापत होते आणि त्याचे हृदय तर मघापासून धडधडत होते. देवासमोर उभा राहून तो आपल्या 'सावत्र' आईप्रमाणे अभिनय करीत स्वत:च्या तोंडावरून मीठमोहऱ्या ओवाळून पुटपुटू लागला—

त्याने एकजात ज्यांची ज्यांची त्याची ओळख होती त्यांची नावे घेतली आणि शेवटी 'आल्यागेल्यांची, भुताखेतांची, साता वारांची' असे म्हणून त्याने ती नामावळी पुरी केली आणि पुन्हा तो स्वयंपाकघरात गेला.

शेगडीवर दुधाचे पातेले होते. दूध मोवागी तापत होते.

त्याने त्या मीठमोहऱ्या हळूच दुधाच्या पातेल्याखालून शेगडीत टाकल्या

खऱ्या- पण त्यातील बऱ्याच मोहऱ्या व काहीसे मीठ बाहेरच पडले ते त्याच्या लक्षात आले नाही.

हाताचे तळवे आपल्या सदऱ्याला पुसून तो आशंकेने, उत्सुकतेने, अनिमिष नेत्रांनी शेगडीकडे पाहू लागला.

किंचित जाळ झालासा वाटला त्याला.

पण मोहऱ्या तडतडल्या नाहीत की, घाणही सुटली नाही. किती किती निराश नि खट्टू झाला तो!

"छे! आपल्याला नाही दृष्ट लागली— आपल्याला कसची दृष्ट लागते!" तो स्वत:शीच खिन्नपणे पुटपुटला. त्याला अत्यंत वाईट वाटले, पण लागलेच त्याला वाटले की, मोहऱ्या अजून जळल्या नसतील. म्हणून त्याने चिमट्याने दुधाच्या पातेल्याखाली जळते कोळसे खोरल्यासारखे करून तो तेथल्या तेथेच ढुसकू लागला. तोच—

"काय रे मेल्या, चुलीशी काय करतोस?" मागून आवाज झाला.

सदू घाबरलाच. त्याने तो जाडजूड लोखंडी चिमटा झटकन मागे ओढला. त्याच्या धसक्याने शेगडीवरचे दुधाचे पातेले एकदम उपडे होऊन त्यातील दूध सदूच्या हातापायांवर सांडले—

-किंचाळलाच तो!

आणि त्यात राधेने, त्याने दुधाचे भरले पातेले सांडले-एवढ्या दुधाची नासाडी केली, म्हणून त्याच्या पाठीत लागोपाठ पाच-सहा रट्टे दिले आणि ती म्हणाली,

"मेल्या, कशाला गेला होतास चुलीजवळ मरायला?"

तितक्यात कृष्णराव तेथे आले म्हणून बरे.

कोपरापर्यंत हात आणि पोटऱ्यापर्यंत पाय भाजून निघाले होते सदूचे! तरारून उभे राहिलेले मोठमोठे फोड फोडून त्यांना डॉक्टराकडून मलमपट्ट्या करताना ते सोलून निघाले. त्याकडे पाहून सदूचे अंत:करण धसधसून विदीर्ण झाले.

त्या अपघाताने तो आजारी पडला. त्याच्या अंगात बेसुमार ताप भरला.

आजचा तिसरा दिवस होता—

एका बाजूला राधा आणि दुसऱ्या बाजूला कृष्णराव अशी ती दोघे सदूला मध्ये घेऊन निजली होती. सदूचे तोंड राधेकडे-आईकडे नव्हते— ते त्याच्या वडिलांकडे होते.

दोन-तीन दिवस सदूने आईला चांगलेच जागविले होते. आज तिचा किंचित डोळा लागला होता.

आणि आईला झोप लागली आहे असे समजून सदूने तो जरी आपल्या दुखण्याने कण्हत होता तरी, हळूच कृष्णरावांना डवचले. ते जागे झाले आहेत असे

पाहून तो हलक्या स्वरात म्हणाला,

"बाबा, मला खूप ताप आला आहे का हो?"

"हो- खूप आलाय ताप तुला."

सदूच्या मनातून आणखी काहीतरी बोलावयाचे होते. पण तो कचरत होता. त्याच्या ओठांपर्यंत शब्द येत- पण ते तेथेच, आले तसेच विरत. तरी त्याला अखेर आतल्या आवाजात बोलल्यावाचून राहवेना—

"आई म्हणाली होती, मला कधीच दृष्ट लागणार नाही म्हणून! मला खूप खूप मोठी दृष्ट लागली, म्हणूनच मला खूप खूप ताप आलाय- नाही का हो बाबा?"

कृष्णरावांना त्याच्या बोलण्याचा नीटसा बोध होईना. विजेच्या दिव्याच्या प्रकाशात ते त्याच्या तोंडाकडे पाहत राहिले.

"तुला खूप ताप आलाय, पण तो निघेल उद्या— ताप निघून जाईल अन् पुन्हा तू चांगला बरा होशील, बरं!"

"ताप जाईल म्हणता? —कसा जाईल ताप?"

"का नाही जाणार? डॉक्टर तुला औषध नाही का देत? औषधानं तू बरा होशील."

सदूने निजल्या निजल्याच मान हलविली.

"अं-हं! औषधानं नाही काही मुलं बरी होत—"

"मग कशानं बरी होतात, वेड्या?"

"बेबीला ताप आला होता. तिची दृष्ट काढली आईनं, म्हणून तिचा ताप गेला. आईनं दृष्ट काढली म्हणजे ताप जातो-दुखणी बरी होतात—"

"हात्तेच्या! एवढंच ना? मग ती काढील तुझी दृष्ट उद्या!"

"पण, दृष्ट आईनंच काढावी लागते—"

"मग- ती नाही का तुझी आई!"

सदू घुटमळला, गांगरला. त्याच्या पोटात कसली तरी कालवाकालव होऊन त्याच्या डोळ्यांत अश्रू जमा होत असतानाच तो दाटलेल्या स्वरात म्हणाला,

"पण ती आई असली, तरी सख्खी नाही ना?- सावत्र आहे ती; माझा ताप बरा नाही व्हायचा— माझी आई देवाघरी गेली आहे... काळी होती ती! तिनं माझी दृष्ट काढली असती, तर मी बरा झालो असतो— आता नाही बरा होणार मी."

कृष्णरावांच्या डोक्यात आता मात्र चक्क उजेड पडला.

"अरे, तू हिचाच आहेस— हीच तुझी खरी आई. तुझी आई मेली नाही. तुला आम्ही..." पण, कृष्णराव काय म्हणत होते, अगर म्हणणार होते, हे सदूला कळले असते का? त्याचा आता त्यांच्या बोलण्यावर विश्वास बसला असता का?

राधा अर्धवट झोपेत, अर्धवट जागीच होती.

ती खडबडून जागी झाली. तिने चटकन सदूचे मस्तक आपल्या मांडीवर घेतले आणि ती त्याचे तोंड कुरवाळू लागली.

ती गहिवरली होती.

सदूच्या डोळ्यांपुढे मात्र आनंदाची आई उभी होती—

आनंदाच्या आईसारखी आपल्यालाही आई असती तर... तर... त्याचे डोळे पाण्याने भरून आले.

''सदू, अरे मी तुझी आई नाही का? मी तुझी आईच आहे!... हे बघ- माझ्याकडे पाहा...''

सदू मनगटाने डोळे पुशीत नि:शंकपणे, पण गदगदलेल्या, रडक्या स्वरात म्हणाला,

''नाही-ती काळी होती. ती देवाच्या घरी गेलीय... आई असती तर... पण बाबा! माझी आई... माझी दृष्ट काढायला येईल का हो ती... रात्रीची अंधारातून?''

कृष्णरावांना त्याची समजूत घालता घालता पुरेवाट झाली—

आणि राधेला रडता रात्र थोडी झाली.

■

छबिल्या

परिचय

मध्यमवर्गातल्या कौटुंबिक सुखदु:खाचे भावनात्मक चित्रण करण्यात कवठेकर जसे कुशल आहेत, तसेच खेडेगावातल्या वातावरणात हरघडी घडणाऱ्या घडामोडींचे वर्णन करण्यातही ते चतुर आहेत. 'रेशमाच्या गाठी' या त्यांच्या कादंबरीवरून त्यांचे खेडेगावातल्या उलाढालीचे निरीक्षण किती मार्मिक आहे आणि बाह्यत: शांत दिसणाऱ्या खेड्यातल्या विविध खळबळाटीची त्यांना कशी खडान्खडा माहिती आहे, हे दिसून येईल.

'छबिल्या' ही गोष्ट त्यांनी खेडेगावातल्या एका गरीब शेतकरी कुटुंबाच्या जीवनावर आधारली आहे. या गोष्टीतला नायक कोण आहे, ठाऊक आहे? एक बैल! छबिल्या हे त्याचे नाव! राणू शेतकरी, त्याची कारभारीण गीता आणि त्यांचा मुलगा पांडुरंग यांचे छबिल्यावर प्राणांपेक्षाही अधिक प्रेम असते. पण काळीज नसलेल्या अधिकाऱ्यांच्या दंडेलीमुळे त्यांना आपल्या छबिल्याला मुकावे लागते. खेडेगावातल्या शेतकऱ्याचा शत्रू केवळ अज्ञान हा नाही. जुलूम हा अज्ञानापेक्षाही त्याचा मोठा शत्रू आहे. त्या जुलमाची तीव्र जाणीव होऊन त्याच्याशी झगडण्याकरिता तो ज्यावेळी संघटित होईल, त्याच वेळी त्याच्या आयुष्यातला खरा सुखाचा दिवस उगवेल.

गीतेचा जीव सारखा खालवर खालवर होत होता.

काल संध्याकाळपासून तिचा उजवा डोळा सारखा राहून राहून लवत होता. कुणाचा विश्वास असो अगर नसो, तिचा मात्र अशा गोष्टीवर विश्वास होता. शकुन-अपशकुनाचा तिला पूर्वी पडताळा आला होता. तिच्या मनाला कशी हुरहुर होती. नसत्या शंका-कुशंकांनी तिचा जीव भेदरून गेला होता.

डोळा लवू लागल्यापासून छप्पन्न वेळा तिने आपल्या 'गळसरातील' एकच एक सोन्याचा बारीकसा मणी डोळ्याला लावला तरी तो लवता थांबेना, की हुरहुर

कमी होईना.

“ ‘पोळ्याच्या अवसे’च्या आदल्या दिवशी मी खात्रीनं परत येईन,” असे सांगून गणू मिरासपूरचे भाडे धरून गेला होता. आज त्याला पाच-सहा दिवस झाले होते.

अवसेचा दिवस उजाडला. दोन कासरे दिवस वर आला, तरी राणूचा पत्ता नाही. मग मात्र ती फारच बेचैन झाली. झुंजुमुंजू दिसू लागल्यापासून पाच-पंचवीस वेळा तरी ती माळवदावर जाऊन राणूच्या रस्त्याकडे दूरवर नजर टाकून आली असेल. पण निराशा! क्षणाक्षणाला हुरहुर कशी वाढतच होती. अखेर तिने आपल्या आठ वर्षांच्या पांडुरंगाला, राणू दूरवर येताना दिसतो का, ते माळावर जाऊन पाहून येण्यास सांगितले.

बाबा केव्हा येतात असे पांडुरंगालादेखील झाले होते. गीतेचे अंत:करण चिंतातुरतेने भाजून निघत होते, तर पांडुरंगाचे हृदय उत्सुकतेने-उत्कंठेने भारावून अधीर झाले होते. कारण—

-आज पोळ्याची अवस होती.

यंदा तर पांडुरंगाने छबिल्याला गतवर्षीपेक्षा अधिक सजविण्याचे मनाशी ठरविले होते. पाटलांच्या, देशमुखांच्या न् देशपांड्यांच्या बैलांप्रमाणे आपल्या छबिल्यालाही झूल असावी, असे त्याला कितीतरी दिवसांपासून वाटत होते. तशी झूल या पोळ्यास तरी करावी, म्हणून त्याने राणूजवळ व गीतेजवळ हट्ट घेतला होता आणि या पोळ्याला झुलीखेरीज आपण छबिल्याला मिरवणुकीत नेणार नाही— झूल न केलीत तर पोळ्याच्या दिवशी मी त्याला दावणीलाच बांधून ठेवीन, अशी त्याने आपल्या बालबुद्धीप्रमाणे राणूला धमकीही देऊन ठेविली होती.

-आणि मिरासपूरला जाताना, वेशीतून माळापर्यंत सडकेला छकडा लागेतो, पांडुरंग राणूला बजबजावून सांगत होता— राणूही तितक्यादाच ‘हो-हो-आणीन-आणीन बरं झूल छबिल्याला!’ म्हणून त्याला आश्वासन देत होता.

छबिल्याच्या त्या वशिंडाकडे झुकलेल्या अर्धवर्तुळाकृती शिंगांना सोनेरी अन् रुपेरी बेगड किती खुलून दिसेल-झूल घातल्यावर आपला छबिल्या साऱ्या बैलांत किती उठून दिसेल-त्याच्या गळ्यातील ती ‘चंगाली’— ती पितळी साखळी-लेजीम, ढोल, वाजंत्री-अन् ती मिरवणूक... आपला छबिल्या ‘मानाच्या’ बैलामागून कसा डुलत डुलत चालेल...

पांडुरंगाच्या मस्तकात याच विचार-वावटळी उठत होत्या. किती दिवसांपासून तरी हेच दृश्य त्याच्या मनश्चक्षूंसमोर नाचत होते.

तो आज उत्कंठित झाला होता-अधीर होता, तो याच कारणामुळे. राणू परत येतो कधी, छबिल्याला आपण तळ्यावर नेतो कधी, त्याला धुतो कधी अन् त्याच्या

अंगावर रंगाचे हातके मारून, शिंगांना रंग लावून, बेगड डकवितो कधी, असे त्याला झाले होते. -छे! छे! सकाळची शाळा सुटायची वेळ झाली तरी राणूचा पत्ता नाही. तो आज घरी येतो की नाही? -छे येण्याचे चिन्ह दिसतच नाही आज! असे वाटून तो राणूवर मनातून खूप रागावला, गीतेवर निष्कारण चिडला आणि हातपाय आपटीतच, 'राणू दूरवर येताना दिसतो की नाही' हे पाहण्यासाठी डोळ्यांत उभे राहिलेले पाणी पैरणीच्या टोकाने पुशीत तो माळाकडे गेला.

पांडुरंगासारख्या आठ वर्षांच्या मुलाची दृष्टी, माळावरूनदेखील, अशी किती दूरवर पोहोचणार! तो उंचशा झाडावर चढला- फांदीच्या अगदी टोकावर जाऊन त्याने लांबवर नजर फेकली- डोळे ताणताणून पाहिले—

खास! अगदी आपलाच छकडा तो-राणूच तो-छबिल्याच तो! पांडुरंगाला इतका आनंद झाला की, त्या आनंदाच्या भरात त्याने 'आला-आला-' म्हणून जोराने टाळ्या वाजविल्या. -त्याचा तोल गेला, फांदीवरून फांदीवर आपटत आपटत तो धाडकन खाली पडला. - किंचाळलाच तो!

घटकाभर त्याला उठवेना, की डोळे उघडून आजूबाजूला पाहवेना. इतका तो अकस्मात पाय निसटून पडल्यामुळे भेदरला होता. थोडक्यात चुकले, असा सपशेल पालथा पडला म्हणून- नाहीतर हातपाय मोडून कपाळमोक्षच व्हायचा. त्याच्या छातीला बराच मुका मार लागला होता— हातापायांना बरेच खरचटले होते. तरी छबिल्या आल्याच्या आनंदात, त्याने गीतेला ही खूशखबर देण्यासाठी, तशीच घराकडे धूम ठोकली.

त्याची ती फाटलेली पैरण, खरचटून रक्ताळलेले हात, पाय, पोट... गीतेच्या जिवाचा चळकाप झाला... वेळ आली होती पण... तिला वाटले, तरीच कालपासून उजवा डोळा लवत होता.

◆

बोलल्या बोलाप्रमाणे आपण घरी परतलो नाही, म्हणून गीता काळजीत असेल... आपणाला पाहताच ती लटक्या रागाने काहीतरी अधिकउणे बोलणार... राणू जाणूनच होता हे. त्याने भाकीत केल्याप्रमाणेच गीता, राणू घरात येताच, तावातावात म्हणाली,

"घरातल्या माणसाची काही काळजीबिळजी! उडून गेला होता जीव... पांडुरंगाचा हातपायच मोडायचा आज. पुन्हा म्हणून इतक्या लांबचं भाडं नको आपल्याला... अन् चार-चार आठ-आठ दिवस वाळून कोळ झालेला भाकरतुकडा खाऊन-"

"हो-वाळून कोळ झालेला भाकरतुकडा खाऊन मरायचंय मला! अन् मग मेलो तर काय होईल?..." राणू हसत हसतच म्हणाला. गीतेने डोळे मोठ्ठे केले आणि

तिने बोलण्यासाठी तोंड उघडले, तोच तिच्या तोंडावर त्याने हात ठेवला.

गीतेने लगेच तोंड फिरविले.

छन्-छन्-छन्-

मुंडाशात बांधून ठेवलेले रुपये काढून राणूने ते गीतेपुढे वाजविताच, तिने चटकन त्याच्याकडे पाहिले. पण तसे पाहता पाहता ती अशा काही लटक्या रागाने हसली आणि अंगन् अंगाला तिने असा काही विक्षेप दिला की, राणू तिच्याकडे क्षणभर टकमक पाहतच राहिला. तो जवळ उभ्या राहिलेल्या पांडुरंगाकडेही पाहावयाचे विसरला.

-आणि पांडुरंग आशाळभुताप्रमाणे, रडक्या चेहऱ्याने, राणूकडे पाहत रडक्या स्वरात म्हणाला,

"बाबा, झूल-झूल नाही आणलीत छबिल्याला? -रंग, बेगड- आज पोळा ना-"

जमिनीवरचे पाच रुपये मुंडाशात बांधीत राणू पांडुरंगाकडे व गीतेकडे आळीपाळीने पाहत असाच हसला की, पांडुरंग धावतच बाहेर छकड्याकडे गेला.

"आणलीत वाटतं झूल? काय पडलं तिला?" -आणि अभावितपणेच तिचे लक्ष फाटक्या पैरणीकडे गेले आणि तीच दृष्टी स्वत:च्या अंगावरील चार जागी दंड घातलेल्या जीर्ण लुगड्यावर स्थिर झाली.

राणू काहीसा ओशाळून म्हणाला,

"तीन रुपये. पोराची हौस आणखी छबिल्याच्या नशिबानं येताना नायवाडीचं भाडंही पण लागलं. थोडी वाकडी वाट पडली, म्हणून तर काल येता आलं नाही परत. आणखी-आणखी असंच एखादं भाडं लागलं की, तुला लुगडं अन् मला पैरण—"

तितक्यात पांडुरंग तेथे आला. पोत्यातून झूल बाहेर काढीपर्यंतदेखील त्याला दम नव्हता. झूल पाहताच तो आनंदाने बेहोश झाला. झूल खाली-वर करून पाहता पाहता तो नाचू लागला. त्याला स्वत:ला राणूने नवी पैरण आणली असती तरी त्याला जितका आनंद झाला नसता, तेवढा आनंद छबिल्याला आणलेली झूल पाहून पांडुरंगाला झाला. पांडुरंग आनंदलेला पाहून राणूला व गीतेलादेखील तितकाच आनंद झाला. पण दुसऱ्याच क्षणी आपल्या गरिबीची कल्पना येऊन, त्यांच्या डोळ्यांत नकळत पाणी आले.

आणि त्याच क्षणी त्यांची दृष्टी पांडुरंगाकडे, झुलीकडे आणि छबिल्याकडे गेली.

पांडुरंग तर त्यांचा मुलगाच होता आणि छबिल्या?—

छबिल्या त्यांच्या जिवाचा 'होन' होता. तो होता म्हणून ते जगत होते.

छबिल्याच्या जिवावर तर राणूला चार-आठ आणे कमाई करून कुटुंबाची कशीतरी गुजराण करता येत होती—कोंडामांडा करून ते जगत होते.

त्या गावात त्याची दहा-बारा बिघे जिराईत जमीन होती आणि तीदेखील त्याच्या स्वत:च्याच लग्नापायी दहा वर्षांपूर्वी गहाण पडली होती. गीतेने व राणूने रात्रंदिवस मोलमजुरी करून पाच वर्षांत शंभर रुपये मागे टाकले. त्यातलाच हा छबिल्या अन् त्यातलाच हा छकडा.

पांडुरंगाखालोखाल त्यांचा छबिल्यावर जीव की प्राण!

-आणि पांडुरंगाला तर छबिल्या म्हणजे घरचे माणूसच वाटे. त्याला तो किती आवडे- अगदी पुसूच नका! त्याला वैरण-काडी घालण्यापासून तो त्याला तळ्यावर नेऊन पाणी पाजण्यापर्यंत त्याची नेहमी तयारी असे.

झूल घेऊन पांडुरंग छबिल्याकडे धावला- पण—

-पण छबिल्या आल्याआल्याच गोठ्यात बसला आणि तशीच त्याने लोळण घेतली. त्याच्या पुढ्यात कडब्याची पेंढी होती. तो त्या पेंढीला तोंडदेखील लावीत नव्हता. त्याचे डोळे मिटले होते. तो रवंथ करीत नव्हता, तरी त्याच्या तोंडातून लाळ मात्र गळत होती.

"छबिल्या, छबिल्या, ऊठ! हाइक ऽ ऽ!!"

छबिल्याने डोळे उघडले, कान टवकारले, शेपटी हलवली आणि किंचित मान उचलून त्याने पांडुरंगाकडे पाहिल्यासारखे केले- पण तो उठला नाही.

'पांडुरंगा, मी दमलोय? अगदी थकून गेलोय; पोळ्याचा सण आज, म्हणून रात्रभर चालत आलो मी-' हाच भाव त्याच्या नजरेने बोलून दाखविला. पांडुरंगाला त्याची ती मूकभाषा कळावी कशी? त्याने छबिल्याला आपल्यापरीस उठविण्याची शिकस्त केली. पण छबिल्या जागचा हलेच ना!

"आई, छबिल्या दमलेला दिसतोय— बाबांनी दामटलेलं दिसतंय त्याला. त्याला खिचडा कर की! तो खाल्ला म्हणजे होईल ताजातवाना. मग मी त्याला तळ्यावर नेईन..."

राणूने छबिल्याजवळ जाऊन त्याच्या अंगावरून हात फिरविला, त्याचे तोंड कुरवाळले आणि पुन्हा त्याच्या वशिंडावरून पाठीवर हात फिरवीत गीतेकडे पाहून तो म्हणाला,

"न्याहारी केली नाही मी-भाकर कर लवकर. अन् खरंच, छबिल्याला खिचडा कर. वर्षातून एवढाच त्याचा सण— एक दिवस तरी त्याला गोडधोडसा खिचडा खाऊ दे—"

तोच बाहेरून हाक आली—

दाराबाहेर महार उभा होता.

आपल्याला चावडीवर बोलाविल्याचे ऐकून राणूला आश्चर्य वाटले.

"कशाला रे बोलावलंय पाटलांनी?"

"भाऊसाब आल्यात नव्हं का...? म्हनं ऽ, सरकारातनं लिहून आलंया की, दर गावागणीक एक वळू वर्गणी करूनश्यान घ्याया व्होवा... कुनाकुन ईस, कुनाकुन दहा, कुनाकुन पाच— समद्या जमीनदारानं म्हनं पैसं द्याया होवं... सरकार बी त्यात पैसं घालणार न् मग वळू घेणार. शिंद्यातलं तुमीच राह्यला हात न्हवं का वर्गनी द्यायचं, तवा बोलावलं दिसतंया जनू..."

या वळूची पिटली गेलेली दौंडी त्याने ऐकली होती. वळूची एकंदर माहितीही त्याला मागेच समजली होती. पण आपल्यावर या वर्गणीचा 'कर' बसेल असे त्याला कधीच वाटले नव्हते.

तो मुकाट्याने चावडीवर गेला.

त्याने चावडीत पाय ठेवताच, पाटील म्हणाले,

"राणू, तू जमीनदार आहेस! वळूकरिता तुलादेखील पाच रुपये वर्गणी द्यावी लागेल... अरे, वरून लिहून आलंय..."

"पण पाटील, माझी जमीन असून नसल्यासारखीच आहे— शिवाय माझ्या घरी गाय न् कालवड... मी गरीब, कोठून देणार पाच रुपये? मजूर मी..."

राणूने खूप गयावया केले— भाऊसाहेबांच्या पुढे जमिनीवर डोके टेकून त्याने त्यांची विनवणी केली.

भाऊसाहेब त्यावेळी गावात, चावडीत होते— सरकारी नोकर होते. वरिष्ठांच्या नजरेआड, ते त्या गावात त्यावेळी राजे होते. ते धुंद होते. ते पाटलांना उद्देशून म्हणाले,

"पाटील, तुमचे गावकरी तुमच्या म्हणण्यात असलेले दिसत नाहीत... जो येतो तो असेच म्हणतो... गरीब तर सारेच आहेत... दोन नाही, तीन नाही, पण एकदेखील वळू घ्यायला ही जिकीर... तीन हजार वस्तीचा गाव हा! दोन तरी वळू गावकऱ्यांनी घ्यायला पाहिजेत... सरकार तुम्हाला मदत करायला तयार असताना निम्मे पैसेदेखील गावकऱ्यांनी देऊ नयेत म्हणजे... नाहीतर..."

'नाहीतर' या भाऊसाहेबांच्या शब्दात धमकी होती.

"त्या नामा शिंद्यानं तर भांडं गहाण टाकून पैसे दिले... तू तर चार-आठ आणे दररोज मिळवितोस... अन् परवाच तू मिरासपूरचं भाडं केलंस ना पाच रुपयांचं?" पाटील म्हणाले.

"ते खरं, पाटील! पण, पुन्हा भाडं मिळेपर्यंत खायचं काय आम्ही?"

"राणू, जास्त नको वटवट करूस. सांगितलं तसं ऐक आपला तू. नाहीतर... बघ बुवा, तूच आपला! तू रस्त्यावर केर टाकतोस, दारासमोर सरकारी जागेत

छकडा सोडतोस, म्हणून तक्रार आलीय माझ्याकडे... ग्रामपंचायतीच्या कानूनप्रमाणे खटला केला तुझ्यावर, तर पंचवीस रुपये दंड होईल. तेव्हा समजेल... बाबा रे, अशी हुज्जत घालीत बसू नये सरकारी अम्मलदाराशी...कसं नाही कळत तुला?''

वरिष्ठ अधिकाऱ्यांची मर्जी संपादण्यासाठी हे खालचे अधिकारी खेड्यापाड्यांतून जी सुलतानशाही कधीकधी वरिष्ठ अधिकाऱ्यांच्या नजरेआड गाजवितात, त्यावरून साध्याभोळ्या शेतकऱ्यांची मात्र अशीच समजूत होते की, हे कनिष्ठ अधिकारी म्हणजे हुकमाचे बंदे- जसा वरचा हुकूम तसेच ते वागणार. गैरसमज पसरतात ते याचमुळे.

आपल्या विनंतीचा फारसा उपयोग होणार नाही, असे समजून येताच राणूचा चेहरा काळवंडला. गेल्या तीन वारांत एवढेच काय ते चांगले भाडे लागून त्याला पाच रुपये मिळाले होते. परतभाड्याचे मिळालेले तीन रुपये तो आधीच झुलीप्रीत्यर्थ खर्च करून बसला होता आणि उरलेल्या पाच रुपयांतून तो थोडी वैरण, थोडे दाणे व मीठ-मिरची विकत घेणार होता. पण—

डोळ्यांत पाणी आणीत राणूने मुंडासे सोडले—

पाटलांच्या हातावर पाच रुपये ठेवून तो चावडीखाली उतरला.

तोच—

''राणू, भाऊसाहेबांना जायचंय आत्ता... छकडा जोडून इकडेच घेऊन ये...'' पाटील म्हणाले.

''पाटील, आत्ताच तर मी परत आलो. भाकरतुकडादेखील खाल्ला नाही मी. रात्रभर बैल चाललाय-त्याच्याच्यानं आता चाल होणार नाही... त्यातून आज पोळा...''

''अरे, फुकट नाही जायचं. भाडं मिळेल तुला.''

पाटलाने वेठीला धरलेल्या छकड्याचे भाडे, धंदा करू लागल्यापासून, राणूच्या कधी हाताला लागले नव्हते. डावा अंगठा देऊन उजवा अंगठा मात्र त्याला नेहमीच पाहावयास मिळाला होता आणि आज त्याला कोणी पाच रुपयेही देऊ केले असते, तरी तालुक्याची मजल त्याने केली नसती. मुके जनावर झाले म्हणून काय त्याचा जीव घ्यायचा? त्याला तरी जीव आहेच ना!

तो पुष्कळ काकुळतीस आला. त्याने गयावया केले— पाटलाचे पाय धरले पण त्याचा उपयोग झाला नाही. भाऊसाहेबांना घरी जायला पाहिजेच होते—

आणि राणूला त्यांना आपल्या छकड्यातून पोहोचविणे भागच होते.

◆

आताशी कोठे छबिल्या उठून उभा राहिला होता. पांडुरंग त्याच्याजवळ उभा

राहून त्याला गोंजारीत होता. गीतेने नुकताच त्याच्यापुढे खिचडा आणून ठेवला होता. छबिल्या तो हुंगत होता. अतिशय श्रम म्हणजे पंचपक्वान्ने जरी पुढे आली, तरी माणसाला जशी ती पूर्ण विश्रांती घेतल्याखेरीज खाण्याची इच्छा होत नाही, तसेच छबिल्याचेदेखील झाले होते की काय न कळे!

म्लान चेहरा करून राणू घरी परत आलेला पाहताच गीतेने प्रश्नार्थक नजरेनेच त्याच्याकडे पाहिले. चावडीत घडलेली हकिकत सांगून तो म्हणाला,

"भाकर झाली असली तर बांधून दे."

"मेल्याला म्हणावं, तुझी का गाडी-बैलं देत नाहीस? सरकी न् पेंड देऊन एवढे माजवलेस ते कशाला? घरी दावणीला बांधून ठेवायला...? अंमलदार आला, की आम्हाला का हा त्रास?..."

"वेडी आहेस गीते तू! गावात अब्रूनं राह्यचंय आपल्याला त्यांच्या हाताखाली. त्यांनी मनात आणलं तर धुळीला मिळवतील हे पाटील... हे गरिबांचेच काळ..."

पांडुरंग अगदी हिरमुसला झाला. गीता मनात चरफडली. राणूचा जीव छबिल्याकडे पाहून कळवळला. तालुक्याला जायचे म्हणजे जाता येता तेरा-चौदा मैलांची चाल होती. राणूच्या अंगावर काटा उभा राहिला. आज काही धडगत नाही छबिल्याची, असे वाटून राणूने मोठा थोरला उसासा टाकला आणि छबिल्याला कसायाप्रमाणे, तो येत नसतानाही, त्याने बाहेर खेचला.

राणूच्या आणि गीतेच्या डोळ्यांत टचकन पाणी आले.

"ही भाकर न् हा खिचडा... तिथे पोचल्यावर भाकर खा, अन् छबिल्याला खिचडा चारा... आवशीचं परत यायला होईल का?"

"कसं होईल परत येणं आवशीचं? त्याला चालवलं तर पाहिजे? म्हणतो की, तिथेच मुक्काम करावा आज..."

"नाही बरं का, बाबा! आलंच पाहिजे परत आज... दिवस मावळायच्या आधी या. घंट्यात तर जातो छबिल्या... घंटा जायला-एक घंटा यायला-" असे म्हणून राणूचे जांघापर्यंत धोतर धरून पांडुरंगाने गाल फुगविले-डोळ्यांत अश्रू आणले. आपण न आलो आज घरी परत, तर पोराचा विरस होणार... मग छबिल्याकरिता आणलेल्या झुलीचा काय उपयोग?... राणूच्या पोटात कालवाकालव झाली. तो गदगदून म्हणाला,

"येईन-हळूहळू दिवस मावळेपर्यंत कसातरी येईन, बरं का पांडुरंगा! येईन बरं का गीते...वाट पाहा माझी."

◆

छकडा सडकेला लागल्यावर भाऊसाहेब म्हणाले,

"तुझा बैल तर चांगला दिसतो, पण चालतो का असा मुरदाडासारखा? हाण की जरा. तासात गेलं पाहिजे घरी... घरची माणसं वाट पाहत असतील."

"भाऊसाहेब, खरं म्हटलं तर त्याला जुंपायला नको होतं आज. रात्रभर चालून आलाय... त्याला का जीव नाही?"

"तुला वटवट करायची बरीच सवय दिसते. अन् तू एक नंबरचा लबाडदेखील दिसतोस... त्या वर्गणीकरिता मघाशी किती खोटं बोललास पैसे नाहीत म्हणून... चल, हाण बैलाला. नाहीतर मागे बस. राम्या, तू बस पुढे न हाण..."

मग काय? राम्यालाही तेच पाहिजे होते. तो भाऊसाहेबांचाच शिपाई!

राणू मागे येतो न येतो तोच राम्याने पहिल्याच झपाट्यास छबिल्याचे शेपूट पिरगाळून मुठीत धरले. अत्यंत तापट छबिल्याला शेपटाचा पीळ असह्य झाला— तो धावू लागला.

"त्याला मारू नका... कशाला 'ताणता' त्याला... आस्ते आस्ते जाऊ द्या. घंट्याच्या ठिकाणी दोन घंटे लागतील, पण त्या मुक्या जनावराचा जीव नका घेऊ... अशानं 'झेंडू' फुटून मरून जाईल माझा गरिबाचा बैल..."

भाऊसाहेबांना राणूचा राग आला उलट.

"त्याचं काय ऐकतोस राम्या... हाण लवकर..."

राम्याने छबिल्याला आसुडाचे तडाखे मारण्यास सुरुवात करताच राणूने पटकन छकड्यातून उडी घेतली.

धावत छबिल्यापुढे होऊन त्याला तो पळताना थांबविणार होता. जुवावर हात ठेवून पायीच चालण्याचा व छबिल्याला पळू न देण्याचा त्याने मनाशी इरादा केला होता. पण—

राणूने खाली उडी टाकताच स्वतः भाऊसाहेबांनीच छबिल्याचे शेपूट मणका तुटेपर्यंत पिळले. राणू छकड्याला आडवा येण्यापूर्वीच छबिल्या चौखूर निघाला.

पाहता पाहता राणू मागे पडला. छकडा पुढे-तो मागे. राणू सारखा धावतच होता, -'थांबा थांबा' म्हणून मागून ओरडतच होता. छकडा दिसेनासा झाला तरी राणू धावतच होता.

सात मैल ऊर फाटेपर्यंत राणू धावला. पण तालुक्याच्या वेशीपर्यंत येईतो त्याला छकडा दिसला नाही.

वेशीजवळच्या गाडीतळावर त्याला छकडा दिसला. पण तो उलटलेला, त्याची पाती न् दांड्या मोडून चूर झालेला! त्याचे असे झाले—

गाडीतळाकडे छबिल्या मुसंडी मारल्याप्रमाणे जीव घेऊन एकदम वळला. लिंबाच्या झाडावर छकड्याने धडक घेतली—आणि... छबिल्या धाडकन खाली पडला.

भाऊसाहेब घरची माणसे वाट पाहत असतील म्हणून केव्हाच निघून गेले होते. राम्या— तोही पण पळाला होता घराकडेच.

राणू पाहतो तो- तो त्याच्या छातीत धस्सच झाले!

छकड्यात ठेवलेली त्याची भाकर आणि छबिल्याने घरी तोंडही न लावलेला खिचडा हा छबिल्याच्या तोंडाजवळ पडला होता.

छबिल्याच्या तोंडातून साबणासारखा फेस बाहेर येत होता—

त्याचे सर्वांग घामाने निथळत होते— थरथर कापत होते ते आणि त्याची जीभ तोंडाबाहेर लुळलुळत होती.

"छबिल्या-छबिल्या..." म्हणून राणूने छबिल्याच्या अंगावर अंग टाकले. राणूकडे पाहून छबिल्याने किंचित मान उंचावली- अतिशय केविलवाण्या नजरेने राणूकडे पाहिले— शेपटी हलविली. त्याच्या डोळ्यांतून पाणी वाहत होते— धन्याला पाहून जणू काय तो ढसढसा रडूच लागला होता.

आणि इतक्यात बघता बघता त्याने पाय झाडले, चार-दोन वेळ पाय खुडल्यासारखे केले आणि एकदम पाय ताणून तो कायमचाच आडवा झाला.

राणूने हंबरडा फोडला—

त्याच्या मनश्चक्षूंसमोर पांडुरंग उभा होता— त्याच्या हातातील झूल त्याला दिसत होती... गीतेने केलेला खिचडा दिसत होता... आणि गावात-ढोल, लेजीम, ताशा- झड उठली होती वाद्यांची...!

पोळ्याची आवस... बैलाची मिरवणूक निघणार होती गावात— गावोगाव अन् त्याच्या गावीही... पण—

तो वर पाहतो तो त्याच्यापुढे गाडीतळावरचा मांग— मांग उभा होता...!

आणि इकडे—

छबिल्याची वाट पाहत पांडुरंग माळावर उभा होता—

गीता, राणूच्या रस्त्याकडे नजर देऊन, माळवदावर उभी होती—

आता तिचा उजवा डोळा लवता थांबला होता. पण का न कळे, तिचे डोळे मात्र पाणावले होते.

■

रक्ताची गुळणी

परिचय

कवठेकरांच्या गोष्टींत बहुधा करुणरस प्रधान असतो. त्यांचा प्रकृतिधर्मच तसा आहे. तीव्र सहानुभूती हा असल्या लेखकांचा विशेष असतो. विनोदी लेखकांच्या अंगी असणारा मिस्कील अलिप्तपणा अथवा थट्टेखोर तटस्थपणा असल्या लेखकांना सहजसाध्य होऊ शकत नाही. या दृष्टीने 'रक्ताची गुळणी' ही त्यांची गमतीदार गोष्ट अगदी निराळ्या पद्धतीची वाटते. असल्या गोष्टीची रंगत चमत्कृतिजनक शेवटावरच अवलंबून असते, असे म्हणावयास हरकत नाही. प्रख्यात अमेरिकन कथालेखक ओ हेन्री याने तर कथेला शेवटची कलाटणी देण्याचे एक शास्त्रच बनवून टाकले आहे. ही कलाटणीची क्लृप्ती (Trick) प्रथम वाचनाच्या वेळी करमणूक म्हणून बरी वाटते. पण मानवी स्वभावाचे सूक्ष्म दर्शन अगर अंत:करणाला हलवून सोडणारे जीवनाचे चित्रण असल्या कथांत सहसा आढळत नाही.

रावजी आता बरा झाला होता.

आजच तो हॉस्पिटलमधून घरी येणार होता.

रविवार असल्यामुळे मी दुपारी त्याच्याकडे गेलो, त्यावेळी तो, त्याची बायको आणि सासू-सासरा ही सारी मंडळी गप्पागोष्टी करीत बसली होती.

वहिनींचा चेहरा आता अगदी खुलला होता. का नाही खुलणार? नवऱ्याच्या अगदी जिवावरच बेतल होतं... अगदी मरता मरता बिचारा वाचला! काळ आला होता, पण वेळ आली नव्हती. अगदी अस्सेच झाले होते रावजीच्या बाबतीत!

मला दारात पाहताच रावजी म्हणाला—

"या-या गणूभावजी, खूप केलीत महाराज!"

"म्हणजे काय— मी काय खूप केली बाबा?"

"खूप केलीस नाही तर काय? घाबरून सोडलंस ना या साऱ्यांना!— तिच्या

कपाळाकडे तर पाहा— केवढाली टेंगळं ही ऽ ऽ''

रावजी तर हसत होताच, पण त्याची सासू नि सासरा हीदेखील मनापासून हसत होती; नि वहिनी तर मिस्कीलपणे रावजीकडे पाहत गालातल्या गालात म्हणाल्या,

''गणूभावजी, मघापासून मला विचारतायत की, ही टेंगळं कशानं आली... मी सांगायला लागले, तर हसायला लागली ही सारीच! मग म्हटलं की, गणूभावजींनाच विचारा—''

''अरे सांग तरी काय काय गंमत झाली ती?''

''गम्मत?- आता वाटतेय गम्मत! आता हसताय, पण त्यावेळी...?''

''सांगशील तर आधी काय झालं ते! —भाष्य पुरे—''

''त्याचं असं झालं...''

''हं, चालू द्या— अडखळू नकोस असा मधेच!''

मला वाटतं, त्या दिवशी सोमवार होता. रात्री दहाचा सुमार. मी वाचीत पडलो होतो. तोच -''भावजी, अहो भावजी, अहो गणूभावजी'' म्हणून खिडकीखाली कोणीतरी स्त्री भेदरलेल्या आवाजात हाक मारीत असल्याचा मला भास झाला. भास कसला तो! मी खिडकीशी आलो, तो खरोखरीच विजेच्या दिव्याच्या प्रकाशात प्रत्यक्ष वहिनीच खाली उभ्या असलेल्या दिसल्या. त्यांना पाहून मला मोठे आश्चर्य वाटले. इतक्या रात्री वहिनी माझ्याकडे कशाला आल्या असाव्यात या विचारातच मी दडदड जिना उतरून रस्त्यावर आलो.

वहिनींच्या भीतिग्रस्त व शोकव्याप्त चेहऱ्याकडे पाहताच माझ्या हृदयाला एकदम धक्का बसला. अन् तत्क्षणीच हजारो बरेवाईट विचार माझ्या मनात उभे राहिले.

''भावजी, इकडचा अजून घरी ठिकाणा नाही. सकाळी कचेरीत जाताना प्रकृती बरी नव्हती. नेहमीप्रमाणं काम आणलं होतं घरी करायला. ते सकाळी दहा वाजेपर्यंत करीत बसायचं होतं—उशीर झाला म्हणून न जेवताच—'' वहिनींचा गळा दाटून येऊन त्या आर्ततेनेच म्हणाल्या.

''मला वाटतं, रावजी नेहमी साडेसहालाच घरी येतो -नाही?''

''हो तर! इतका वेळ बाहेर कधी दम धरवायचा नाही— इतका वेळ, आता येणं होईल, मग येणं होईल म्हणून वाट पाह्यली. आता मात्र मन कसं उडून गेलंय माझं—''

''का बरं त्याला एवढा उशीर झाला असेल?'' मी स्वगत बोलल्याप्रमाणे पुटपुटलो व मनाशी विचार करू लागलो.

वहिनींना इथं पोहोचवून मी तुझी चौकशी करण्यासाठी म्हणून बाहेर पडलो.

तुझी चौकशी कुठे करावी अन् कशी करावी हेच मला कळेना. ऑफिसात चौकशी करावी म्हटलं, तर ते बंद! बरं, तुझ्या ऑफिसमधल्या कुणाचं घर ठाऊक नाही, की कुणाची ओळख नाही. काय करावं ते सुचेना. कितीतरी वेळ विचारात घालविला. वास्तविक तू घरी आल्याशिवाय राहतास ना... मग! एक की दोन, हजारो शंकाकुशंका मनात येऊ लागल्या. त्यातल्या त्यात तू नुक्ताच सायकलवर बसायला शिकलेला— तुला तितकासा सराव झालेला नाही— कदाचित सायकलचा अपघात तर करून घेतला नाहीस तू! - हा विचार मनात येताच माझ्या डोळ्यांसमोर सायकलचा अपघात व हॉस्पिटल दिसू लागलं. मनात शंका येताच त्याच दृष्टीनं मी अधिकाधिक विचार करू लागलो आणि तुला अपघात होऊन तू हॉस्पिटलमध्ये पडला असशील हाच संभव अधिक असल्यामुळे, त्या दृष्टीनंच मी चौकशी करण्याचं ठरवलं.

पहिल्या प्रथम मी त्या पलीकडच्या चौकीवरच चौकशी केली. माझी शंका अगदी खरी ठरली.

सहा वाजण्याच्या सुमारास अठ्ठावीस-तीस वर्षांच्या एका तरुणाला सायकलवरून येत असता मोटारचा अपघात होऊन बराच मार लागला व त्याला बेशुद्धावस्थेत 'ससून'मध्ये पोहोचविण्यात आलं, असं पोलिसानं सांगताच माझ्या काळजात धस्स झालं न् माझे हातपायच गळाले— मी मटकन चौकीवरच बसलो.

आता वहिनींना काय सांगू... त्यांना काय वाटेल... तुझं कसं असेल— मला जागचं हलवेनाच. माझ्या डोळ्यांसमोर अंधेरी आली.

मी तसाच जोम धरून उठलो, नि घरी आलो. वहिनी अगदी चिंतातुर बसल्या होत्या. माझी चाहूल लागताच त्या भयाकुलतेनं म्हणाल्या,

"काय, लागला का पत्ता? कुठंयत ते?"

माझ्याकडे त्यांनी एवढ्या केविलवाण्या नजरेने पाहिले की, माझ्या अंतःकरणात कालवाकालव सुरू झाली. काय बोलावे-काय सांगावे हेच मला कळेना. पण मी मुखस्तंभासारखा तसाच उभा राहिलो तर वहिनी अधिकच घाबरून जातील, या भयाने मी शक्य तितक्या शांतपणे म्हणालो,

"या पलीकडच्या गेटाजवळ रावजीला अपघात झाला... त्याला ससूनमध्ये पोचवलंय..."

वहिनींचा चेहरा भीतीने एकदम पांढरा चुटुक पडला. त्यांची बोबडीच वळली इतक्या त्या घाबरल्या ही बातमी ऐकून! पाहता पाहता त्यांच्या डोळ्यांतून आसवे ओघळू लागली. त्या स्फुंदू लागल्या आणि उमासत म्हणाल्या—

"भावजी, आधी हॉस्पिटलमध्ये मला घेऊन चला... आधी चला..."

वहिनींना बरोबर घेऊन जाणेच श्रेयस्कर, असे वाटून मी व त्या टांगा करून

ससूनमध्ये गेलो.

एवढ्या मोठ्या हॉस्पिटलात आता तुझा पत्ता कसा लागावा?- मोठ्या विवंचनेत पडलो मी. अन् खरोखरीच तू अत्यंत अत्यवस्थ स्थितीत असलास, तुझ्या जिवावरचेच काहीतरी असले, तर मोठीच आपत्ती व भानगड! अशा स्थितीत तुझे श्वशुर वगैरे कोणी असल्यास बरे, असे वाटून मी आपला विचार वहिनींना सांगितला. त्यांनाही माझा विचार पटला.

वहिनींना ससूनच्या ऑफिससमोर व्हरांड्यात बसवून मी तार ऑफिस गाठले. तार ठोकून परत येतो, तो कोणीतरी डॉक्टर वहिनींजवळ चौकशी करीत असलेले दिसले. मी चटकन पुढे होऊन इंग्रजीत थोडक्यात त्यांना घडलेली हकिकत सांगितली. त्यावर डॉक्टर म्हणाले,

"बरं झालं, तुम्ही आलात ते— अगदी वेळेवर आलात... तो आल्यापासून शुद्धीवर नाही... जरा कठीणच दिसतेय परिस्थिती त्याची... डोक्याच्या चिंधड्या उडाल्यायत. चला, या माझ्या मागून... आता कदाचित—"

आम्ही डॉक्टरांच्या मागून चाललो. डॉक्टर एका वॉर्डासमोर येऊन उभे राहिले. तोच आतून शुभ्र चादरीने गुंडाळलेले प्रेत स्ट्रेचरवर घालून बाहेर चालविलेले दिसले, डॉक्टरचा चेहरा गोरामोरा झाला— आमच्या छातीत धस्स झाले. वहिनी तर लटलट लटलट कापू लागल्या.

"गरीब बिचारा! गेला... तुम्हाला फार उशीर झाला यायला..."

"म्हणजे... म्हणजे तो... गेला...You mean expired?"

"हो- किती तरुण बिचारा! फार वाईट झालं!!"

निमिषार्धात सारी वस्तुस्थिती वहिनींच्या लक्षात येऊन, त्यांनी मोठ्याने हंबरडा फोडला— सारे हॉस्पिटल दणाणून गेले. डॉक्टर नि नर्सेस आमच्याकडे धावल्या.

"शूऽशूऽऽ... अहो, रडू नका...आरडू नका."

पण त्यांचे शब्द वहिनींच्या कानावर आदळतील तेव्हा ना! नि त्या काय रडायच्या थांबल्या असत्या?

वहिनींच्या दुःखाचा कडेलोट झाला. अंतःकरणातील साऱ्या दुःखैकभावना उद्रेक पावून, भान हरपून, त्यांनी फरशीवर तडातड डोके फोडून घेण्यास सुरुवात केली. मी व डॉक्टरनी सावरण्याचा आटोकाट प्रयत्न केला. पण व्यर्थ! त्यांच्या अंगात त्यावेळी एवढे अवसान कुठून आले होते, कोण जाणे! सारे हॉस्पिटल जागे झाले. आमच्याभोवती पाचपन्नास आजाऱ्यांचा गराडा पडला. जो तो वहिनींची समजूत घालण्याचा प्रयत्न करीत होता. इतक्यात त्या गर्दीतून एक डॉक्टर- बहुतेक तो मेडिकल स्कूलमधला विद्यार्थी असावा- आमच्याजवळ आला, नि डॉक्टरांकडे पाहत म्हणाला,

"कोण? कसली भानगड...?"

"त्याची पत्नी-आता नेला त्याची..."

"कोण! आता नेला स्ट्रेचरवरून त्याची? -काळ्याची No! Impossible! तो तर माझ्या ओळखीचा होता- poor fellow! तो अविवाहित होता!"

"काय?" मी विस्मयाने ओरडलो, "म्हणजे तो रावजी-रावजी वेरूळकर नव्हता तर?"

माझ्याकडे सारेजण पाहू लागली. वहिनींचे आक्रंदन चाललेच होते. मी पटकन त्या डॉक्टरचा हात धरला, नि तीव्र उमाड्याने म्हणालो,

"डॉक्टर, आता नेला तो... तो वेरूळकर नव्हता तर... सांगा... सांगा... शनिवार पेठेच्या गेटाजवळ मोटारच्या अपघातात सापडून ज्याचं आता देहावसान झालं तो... पाहता काय असं माझ्याकडे— काळे नावाचा माणूस होता. हो ना?"

"हो- का?"

मी आनंदाने टुणकन उडीच मारली.

"तो काळेच असेल तर...! ओहो! आम्ही शोधतोय तो रावजी— रावजी वेरूळकर!"

डॉक्टरच्या डोक्यात चक्क उजेड पडला. वहिनींच्या कानांवरही माझे शब्द चांगलेच आदळले. पदराने डोळे पुशीत चटकन उभ्या राहत त्या म्हणाल्या,

"खरंच का भावजी... खरंच का... ते नव्हेत ना ते?"

"नाही... नाही... नाही..." मी त्रिवार ओरडलो.

गोंधळ उडाला! आम्ही निमूटपणे तेथून काढता पाय घेतला, नि हॉस्पिटलच्या आवारातून बाहेर पडलो. बाहेरच्या हवेमुळे आमची डोकी जरा शांत झाली खरी, तरी पण मग तुझे काय- हा विचार सहज मनात उभा होताच.

"भावजी, मग इकडचा काय पत्ता?... कुठे शोधायचं?" वहिनी अगदी रडकुंडीला आल्या होत्या. त्यांचा आवाज तरी किती कातर झाला होता! आतापर्यंत त्यांच्या तोंडाकडे माझे तितकेसे लक्ष गेले नव्हते, ते आता गेले. चर्रच झाले माझ्या काळजात!

त्यांच्या डोक्याला मोठमोठी टेंगळे आली होती, ती चांगली रक्ताळलीही होती. कुंकवाच्या वरच्या बाजूला खोकदेखील पडली होती. त्या पदराने वरचेवर तोंड पुशीत होत्या, तरी त्या खोकेतून अद्यापही रक्त झिरपत होतेच. आता मला हसू येतेय तो प्रसंग आठवला की! पण त्यावेळी मात्र माझ्या काळजाचे पाणी पाणी झाले.

आम्ही खूप वेळ बसून आपल्या मनाशी विचार केला.

“भावजी, इकडच्या कचेरीतले कुणीतरी अधिकारी-जमीदार नावाचे-नरपतगीरच्या गेटाजवळ राहतात ना?... त्यांच्या घरी जाऊन चौकशी केली तर... निदान कळेल तरी, की कचेरीत तरी किती वाजेपर्यंत...”

“खरंच की वहिनी,” मी मधेच म्हणालो. “अन् आधीच सुचलं असतं हे तर...”

त्यावेळी जवळजवळ एक वाजला होता. शेवटी आम्ही जमीदारसाहेबांचा तर पत्ता काढला. त्यांना हाका मारमारून उठवले.

“काय काम आहे अशावेळी तुमचं माझ्याकडे?” भुवयांना घड्या पाडीतच जमीदार म्हणाले.

मी सरळ सर्व हकिकत त्यांना सांगितली. त्यांचा पहिला नूर एकदम बदलला नि सहृदयतेने सहानुभूतीपूर्ण आवाजात ते म्हणाले,

“मिस्टर! मला फार वाईट वाटतं— मला वाटलं, कुणीतरी त्यांच्याच बरोबरचा कारकून त्यांच्या घरी जाऊन सांगेल. काय लोक हलकट असतात तरी! फराळाला बोलावलं असतं तर सारे तुटून पडले असते बेटे!” आणि नंतर आवंढे गिळीत त्यांनी तुला रक्ताची गुळणी कशी झाली याचे व तुला मिलिटरी हॉस्पिटलमध्ये परस्परच ऑफिसातून पाठवल्याचे सांगितले मात्र- हसतोस काय असा! पण त्यावेळी आमच्या हृदयांनी ठाव सोडला होता.

आम्ही पाहिले, तो तीन वाजायला पाचच मिनिटे कमी होती. अशा अपरात्री लष्करी दवाखान्यात रोग्याची भेट म्हणजे अशक्यच गोष्ट होती.

आता उजाडल्याखेरीज पुढे काहीच करता येण्यासारखे नसल्यामुळे तर्ककुतर्क करीत आम्ही परत घरी आलो. मन सैरावैरा धावत होते. चांगल्यापेक्षा वाईट विचारांकडेच मनाची धाव होती. ससूनमधील तो देखावा डोळ्यांसमोर अधूनमधून उभा राही व तसे तुझे काही बरेवाईट झाले नसेल ना- अशी शंका येऊन हृदयाचा नुसता थरकाप होई. वहिनींना इथे पोचवून उरलेली रात्र मी आपल्या खोलीवर तळमळत काढली.

सकाळी सहालाच आम्ही तुला भेटण्यासाठी लष्करी दवाखान्यात आलो. लष्करी खात्यात शिस्तीचे उल्लंघन होईल म्हणजे काय बिशाद!

वहिनींनी खूप गयावया करून पाहिले. मीही दातांच्या कण्या केल्या, पण तेथील एका माणसालाही आमची दया आली नाही. निरुपाय होऊन, आम्हाला तुझी भेट न होताच, घरी परतावे लागले.

दुपारी चार वाजता ठरल्याप्रमाणे हॉस्पिटलमध्ये येण्यासाठी मी इथे आलो, तो तुझी ही मंडळी आलीच होती. आम्ही मग सर्वजण तुझ्याकडे आलो.

तुला पाहून आम्हाला किती आनंद झाला म्हणून सांगू? वहिनींना तर काय

वाटले असेल, ते त्यांचे त्यांनाच ठाऊक! तुला तिथे पाहिल्यावर त्यांच्या जिवात जीव आला असेल!

बाकी एक गोष्ट मात्र चांगली झाली.

"ती कोणती?" रावजीने हसत हसतच पृच्छा केली.

"फक्त चार ते सहाच भेटण्याची वेळ- अन् त्यावेळी कुणी ना कुणीतरी तुझ्या ऑफिसातील तुला भेटायला आलेले असायचे. त्यामुळे परक्यांसमोर तुला वहिनींच्या कपाळावरील टेंगळांबद्दल स्पष्टपणे विचारता येत नव्हतं—"

"न विचारताच मी उमजून चुकलो होतो काय झालं असावं ते! भारीच आततायी आहे ही! मी एकदा मलेरियानं आजारी होतो, तर माझ्या पायागती बसून माझी सेवाशुश्रूषा करण्याऐवजी, रडतच बसायची... मला असा राग यायचा... जसा काही मी आता मरणार, असंच धरून चालत होती की काय कोण जाणे!"

असे म्हणून रावजी खोखो करून हसला, नि हसतहसतच पुढे म्हणाला,

"पण काय रे गणू, ही त्या प्रेताच्या गळा पडून रडली असती तर और मजा आला असता नाही? 'अरे माझ्या दादल्या, कसा रे टाकून गेलास मला... कुठं रे तुझं ग्वाड त्वांड आता बघू... कसा रे कंटाळलास मला...' असं म्हणत गळा काढला असेल, नाही का रे हिनं?"

"म्हणजे, मी काय कुळवाड्याची आहे की काय?"

"तुझ्यात अन् एखाद्या अशिक्षित स्त्रीत फरक तरी काय आहे सांग. अगदी गावंढळ स्त्रीप्रमाणेच फार्स केलास तिथं. गणूला तर मेल्याप्रमाणं झालं असेल त्यावेळी."

वहिनी खूपच ओशाळल्या व चहा करून आणण्याच्या निमित्ताने त्या आत गेल्या.

थोड्याच वेळात वहिनींनी चहा आणला.

चहा पिता पिता रावजी सांगू लागला—

"गेल्या तीन वर्षांत एक दिवसाचीदेखील रजा मिळाली नव्हती मला. अगदी कंटाळलो होतो. अन् अलीकडे रिट्रेंचमेंट सुरू झाल्यापासून तर कामाची कोण जिकीर!

"गेले काही दिवस मी अगदी जिवावर रेटले. वर्षअखेर— काम नेहमीपेक्षा दुप्पट... गेल्या महिन्यात असा एकही दिवस गेला नाही की, त्या दिवशी घरी काम आणावं लागलं नाही मला.

"ज्या दिवशी मला 'रक्ताची गुळणी' झाली, त्या दिवशीच एक वार्षिक तक्ता सिमल्याला जायचा होता. तो तक्ता जितका महत्त्वाचा होता तेवढाच तो तयार

करणं म्हणजे एक अत्यंत त्रासाचं, फार जिकिरीचं व डोकेफोडीचं काम होतं. वास्तविक तो तयार करण्याचं काम एका मद्राशाकडे होतं. पण तो मद्रासी जमीदारसाहेबांचा 'पेट' आणि आमच्यावर तर जमीदारांचा नेहमीच वाकडा डोळा! ते काम आलं माझ्याकडे. महिनाभर दोन-दोन वाजेपर्यंत जागत असे मी. आदल्या दिवशी तर रात्रभर जागलो, नि सकाळी दहा वाजेपर्यंत बसून तो तक्ता तयार केला. उशीर झाल्यामुळे मी न जेवताच ऑफिस गाठलं, मस्टरवर सही केली, अन् चहा पिण्यासाठी 'गोविंदरावां'कडे गेलो. चहा पिऊन बाहेर पडतो तो आपले ते-पोस्टातले पिचकारीबहाद्दर बंडूनाना भेटले. कधी पान न खाणारा मी, पण त्या दिवशी मला काय हुक्की आली कोणास ठाऊक! 'काय-पान खाता का?' असं बंडूनानांनी विचारताच मी लगेच हात पुढे केला आणि त्यांनी पुढे केलेली भरदार मसाल्याची पट्टी तोंडात कोंबली.

''मसाल्याच्या पट्टीचं रवंथ करीत मी आपल्या जागेवर येऊन बसलो. तोच मला मळमळू लागलं. पट्टीत तंबाखू तर नसेल अशीही मला शंका आली. पण ती शंका नव्हतीच.

''ते महत्त्वाचं 'रिटर्न' समोरच टेबलावर उघडं पडलं होतं.

''तोंडातील विडा थुंकून देण्यासाठी मी उठणार, तोच गुड्हार्टसाहेबच माझ्यासमोर दत्त म्हणून उभे!

''साहेबांनी तक्त्यासंबंधी माझ्यावर प्रश्नांचा भडिमार केला आणि इकडे तर मला मळमळू लागून भोवळ येऊ पाहत होती. शिवाय तोंडात विडा जमून विड्याचा व तंबाखूचा एकजीव होऊन भरपूर मुखरस— त्यामुळे साहेबांच्या प्रश्नाला मला उत्तर देता येईना. मुखरस गिळावा, तर त्यात तंबाखू! उलटी होणार- बरं, खिडकीवाटे थुंकून द्यावा, तर खिडकी कोठच्या कोठे लांब! टेबलाखालच्या टोपलीत थुंकावं म्हटलं, तर साहेब पुढेच उभे! मला काय करावं हेच सुचेना.

''मुखरस खाली गळू नये, म्हणून मी तोंड गच्च आवळून धरलं नि साहेबांच्या प्रश्नाला उत्तरार्थ नंदीबैलासारखी नुसती मान हलवू लागलो.

''मी काहीच बोलत नाही याचा अपमान वाटूनच की काय, साहेब चिडले.

''इतक्यात तंबाखूचा बराचसा रस पोटात गेल्यामुळे मला मळमळू लागलं— मी घेरी येऊन पडतो की काय असं मला वाटू लागलं. साहेबांच्या रागाचा पारा तर इतका चढला की, त्यांनी जोरानं माझ्या टेबलावर हात आपटले. इकडे मला वांतीची भावना होऊन एकदम उबळ आली, नि माझ्या तोंडातून विड्याच्या पट्टीचा पंचमिश्रित लालभडक रक्तासारखा मुखरस बक्कन टेबलावरील त्या महत्त्वाच्या तक्त्यावर पडला. मला रक्ताचीच गुळणी झाली, असं समजून साहेबांनी घाबरून

टुणदिशी उडी मारली, नि 'My God! My God! blood..blood!' करीतच ते पळत सुटले.''

रावजी ही हकिकत सांगत होता तीही कशी अगदी साभिनय! आम्हाला अधूनमधून हसू येतच होते, पण 'साहेबाने टुणदिशी उडी मारली आणि तो घाबरून पळत सुटला' हे सांगताना रावजी खरोखरच जाग्यावरून उठत त्याने जी नक्कल केली ती इतकी बेमालूम होती की, त्याचे सासरेदेखील एकदम फ्फ्फ्ऽ फ्याऽ ह्य ह्य ह्य ऽऽऽऽ करून सातमजली हसू लागले. कितीतरी वेळ हे हास्यरसाचे फवारे उडतच होते.

''माझी तर पाचावर धारण बसली... मी हताश होऊन मटकन खुर्चीवर बसलो. मी तक्त्यावर थुंकलो हे कळून येताच आपल्यावर मोठी आपत्ती येणार... सर्व्हिसबुकात शेरा मारला जाणार, अन् कदाचित प्रमोशनवरदेखील निष्काळजीपणाबद्दल गदा येणार- असे एकामागून एक विचार मनात येऊन, मी किंकर्तव्यमूढ झाल्यासारखा झालो. मी डोक्याला हात लावून स्वस्थ बसलो.

''साहेबांनी तर ऑफिस जागं केलं. जिकडेतिकडे धावपळ सुरू झाली, तेव्हा कुठे मला कळलं, की मला 'रक्ताची गुळणी' झाली असं समजून साहेबांनी ॲम्ब्युलन्स कार बोलाविली असून, तीतून या स्वारीची रवानगी हॉस्पिटलमध्ये होणार आहे म्हणून. हा विपर्यास माझ्या पथ्यावर पडला न् पचनीही पडला.

''इतक्यात मी घाई करून झटपट तक्ता गुंडाळून ठेवला. तोच जमीदारसाहेब माझ्या टेबलाशी आले, नि म्हणाले,

'घाबरू नका- रक्ताची गुळणी अशी कशी एकाएकी झाली?'

'रिटर्न खराब झालं- चूक झाली—'

'छे! छे! तुमचा काय त्यात गुन्हा? प्रकृतीपुढं कोणाचा उपाय आहे! तुम्हाला रक्ताची गुळणी झाली हा काय तुमचा दोष? घाबरू नका असे. मी तार करतो सिमल्याला... पुन्हा होईल ते रिटर्न तयार...'

''त्यांनी स्वत:च शिपायाला बोलावून तो तक्ता, तसाच मी गुंडाळून ठेवलेल्या स्थितीत, घेऊन इनसिनरेटमध्ये टाकून येण्याविषयी हुकूम दिला. प्लेगच्या उंदराला धरून बाहेर टाकताना मनुष्य जेवढी काळजी घेतो, तेवढ्या फाजील दक्षतेनं तो तक्ता उचलला आणि तो निघून गेला.

''शिपाई तक्ता जाळून परत येताच माझ्या जिवात जीव आला.

''बरोबर पस्तीस मिनिटांनी ॲम्ब्युलन्स आली आणि त्या गाडीतून अत्यवस्थ स्थितीत असलेल्या माणसाप्रमाणं आमची स्वारी हॉस्पिटलमध्ये रवाना झाली.

''तुम्ही मला भेटायला आला, त्यावेळी माझ्याजवळ कचेरीतील लोक उभे

होते. मला तुम्हाला हे काहीच सांगता येईना. बरं, ते नसल्यावर सांगावं म्हटलं, तर आजूबाजूला रोगी होते— उगाच रहस्यस्फोट होऊन फट् म्हणता ब्रह्महत्या व्हायची, म्हणून मी मिठाची गुळणी धरली.''

आता मात्र मला हसू आवरेना.

आम्ही सारेच हसू लागलो.

हसता हसता वहिनींची तर मुरकुंडीच वळली.

अन् मी दोन्ही हातांनी पोट दाबून धरीत ओरडलो-

''भले महाराज!- खूप केलीत!''

■

कलिजा

परिचय

कृत्रिम प्रचार हे कलावंताचे कार्य नाही. तसा प्रचार तो करू लागला म्हणजे त्या त्या वेळी जो विषय लोकप्रिय असेल किंवा जो अन्याय वेशीवर टांगला जात असेल त्याचा नीरस पुरस्कार करण्याचे व्यसन त्याला जडण्याचा संभव असतो. पण ज्या विषयाने त्याच्या मनाला बेचैन करून सोडले नसेल किंवा ज्या अन्यायाने त्याचे हृदय व्यथित आणि संतप्त झाले नसेल, त्याचे चित्रण त्याने कितीही हिरिरीने केले, तरी त्याचे लिखाण म्हणजे नुसते निर्जीव शब्दांचे नृत्य होईल. त्यात वाचकाला मोहिनी घालणारा रस उतरणार नाही. केवळ विषयाच्या नवेपणावर अथवा विशालपणावर लेखनाचे सौंदर्य किंवा सामर्थ्य अवलंबून नसते. ते लेखकाच्या भावनेच्या तीव्रतेवर आणि त्या भावनेला सजविण्याकरिता आपले सर्व भांडार मुक्तहस्ताने उधळायला सिद्ध असलेल्या कल्पकतेवर अवलंबून आहे.

'कलिजा' या गोष्टीवरून हेच सिद्ध होईल. आजच्या जगात दारिद्र्याचे राक्षसी थैमान सर्वत्र सुरू आहे, गरिबी हा माणसाचा गुन्हा झाला आहे, केवळ गरिबीमुळे लक्षावधी लोकांच्या अंगचे असंख्य गुण मातीमोल होऊन जात आहेत, या गोष्टी आपणा सर्वांनाच कळतात, पण हा परिचित विचार कथारूपाने मांडण्याकरिता कवठेकरांनी गिरणीतला मजूर किंवा खाणीतला कामगार वेठीला धरून आणिला नाही. त्यांचा ज्या मध्यमवर्गाशी निकटचा परिचय आहे, त्यातूनच त्यांनी आपल्या कथेचा नायक उचलून घेतला आहे. तो एक हुशार, पण गरीब मुलगा आहे. गरिबीमुळे त्याला वार लावून जेवावे लागते आणि मग—

पुढे काय घडते, ते कवठेकरांच्या रसपूर्ण शब्दांतच वाचणे अधिक चांगले.

“आई! आई गं ऽ!”

दरवाजातूनच बाळानं हाक मारली आणि धावत जाऊन त्याने आपल्या आईच्या कमरेभोवती मिठी मारली.

तिच्या डोळ्यांत आसवे उभी राहिली.

“कुठे होतास बाळ? किती उशीर? वाट पाहत होते मी—”

आपल्याकडून चूक झाली असे वाटून बाळ काहीसा ओशाळून म्हणाला,

“खरंच आई...! उशीर झाला घरी यायला. पण- शाळा सुटल्यावर पुण्याहून आलेल्या आमच्या साने मास्तरांनी मला बळेच घरी नेलं नि खायला दिलं!”

“असं काऽ?”

“खरंच! अन् आई, का ते नाही विचारलंस?”

“खरंच की, विसरलेच मी अगदी! का बरं?”

“शंभरापैकी शंभर मार्क मिळाले मला गणितात. अन् मागच्या दोन आठवड्यांच्या परीक्षेत-आठवतं का गं तुला आई? इंग्रजीत पंचाऐंशी अन् मराठीत नव्वद मार्क मिळाले होते मला ते! पाठ थोपटली मास्तरांनी माझी.”

“तसा आहेच माझा बाळ हुशार!”

“अन् आई गं! उद्या आमच्या शाळेत बडेबडे सरकारी अधिकारी, इन्स्पेक्टर अन् कोण कोण येणार आहेत म्हणे!”

“खरं की काय! अन् कशाकरता येणार आहेत ते बाळ!”

“हात्तेच्या! अगं, आमच्या शाळेची तपासणी करायला!! चाचणी घेणार आहेत ते. आणखी-आणखी एक गम्मत सांगू?”

“सांग, खरंच सांग बाळ!”

“ते बडेबडे साहेबलोक चाचणी घेऊन खूश झाले तर म्हणे आमच्या शाळेला दुप्पट ग्रॅण्ट देवविणार आहेत ते!”

ती वात्सल्यपूर्ण नजरेने बाळकडे पाहतच होती.

बाळ बोलतच होता—

“अन् बरं का गं आई! उद्या— उद्या अगदी दहालाच वाढ अं मला! अकराच्या पूर्वी, निदान पाच मिनिटं तरी, हजर असायला पाहिजे शाळेत. बजबजावून सांगितलंय मास्तरांनी. अकरा म्हणजे अकराला येणार आहेत ते. गम्मत आहे, नाही का गं आई?”

बाळच्या लाडिक बोलण्याने उमेच्या अंत:करणास गुदगुल्या होऊन तिच्या चेहऱ्यावर जो वात्सल्यपूर्ण आनंद बागडू लागला होता, तो ‘उद्या अगदी दहालाच वाढ अं मला’ या शब्दांनीच विरजला आणि ती एकदम खिन्न झाली.

‘दहालाच कसं जमणार-जमेल का?’ हा विचार चटकन तिच्या मनात आला

आणि तोच तिच्या मनात घोळू लागला.

"अन् बरं का गं आई! हे आमचे साने मास्तर जितके चांगले आहेत ना, तितकेच रागीट पण आहेत हो! शाळेत उशिरा आलेलं बिलकूल खपत नाही त्यांना. भडाभड चोपतात मुलांना. मला नाही अजून कधी मारलं!"

बाळच्या बोलण्याकडे उमेचे लक्षच नव्हते. गोंधळलेल्या-अर्थशून्य, निर्विकार नजरेने बाळकडे पाहत ती म्हणाली,

"बाळ, शंका वाटतेय मला— उद्या तुला दहालाच जेवायला मिळेल की नाही—"

"म्हणजे?- हे गं काय आई! उद्या तर... पण तसं कशाला, मीच उठवीन तुला लवकर. तू नुसतं भात-पिठलं कर की बस्स!"

बाळच्या बोलण्याचे उमेला कौतुक वाटून हसू आले आणि तिने चटकन त्याला पोटाशी धरून कुरवाळले. त्याच्या तोंडावरून मातृप्रेमाने हात फिरविताना तिला गहिवरल्यासारखे होऊन तिच्या अंत:करणात कसली तरी कालवाकालव झाली.

पदराच्या टोकाने डोळे कोरडे करीत ती म्हणाली,

"तसं नव्हे बाळ! पण उद्या तुला डॉक्टरांकडे-काकूंकडे जेवायला जायचंय, मुंजा म्हणून. अंघोळदेखील तिकडेच घालणार आहेत त्या तुला; म्हणून म्हणते—"

त्याच्या चिमुकल्या कपाळावर एकाएकी आठ्या चढल्या, भ्रुकुटी वक्र झाल्या. संत्रस्त नजरेने त्याने आपल्या प्रेमनिधान आईकडे पाहिले.

"आई, मी नाही जायचा त्यांच्याकडे जेवायला उद्या. तुला वाटतं की, काकू गोड गोड बोलतात म्हणून, पण फार वाईट आहेत त्या! वाटेल ती कामं सांगतात जेवायला गेलो की. माझा अभ्यास बुडतो. त्यांना वाटतं आम्हाला जसा काही अभ्यासच नसतो मुळी! 'काय तर म्हणे इंग्रजी पहिलीतच' असं म्हणून जेव्हा तेव्हा हिणवतात मला. अन् काय गं आई, तूच सांग की, डॉक्टर-डॉक्टर झाले ते काय पहिली शिकल्यावाचून?" असे म्हणून बाळने आपल्या गालाचे फुगे केले.

"बाळ! असं बोलू नये आपण-लहान मुलांनी. आपण गरीब— मोठी, श्रीमान माणसं ती! गरीब म्हणून ती आपणाला बोलावतात. मग नको का बरं अडल्या-पडल्याला त्यांची कामं करायला?"

त्याच्या मनात चटकन काहीतरी येऊन कपाळावर आठ्यांचे जाळे करीत तो म्हणाला,

"अन् आई, मुंजा कशाला गं जेवायला घालतात श्रावणी शनिवारी? मेलेल्या मुंजा मुलाचं भूत लागू नये म्हणूनच ना?"

तिला कसेसेच होऊन तिने तत्काळ त्याच्या तोंडावर हात ठेवला.

'बाळ तुमच्याकडे उद्या जेवायला येणार नाही' असे काकूंना जाऊन सांगावे म्हणून तेवढ्यातल्या तेवढ्यात हजार वेळा तरी तिच्या मनात येऊन गेले. पण—

ती कचरली.

'अन् मिळत नाही खायला अन् माज पाहा किती या भिकारड्यांना!' हेच ऐकून घ्यायचे? छे, तिला आलेल्या आमंत्रणाचा अव्हेर करता येणे शक्यच नव्हते. कारण—

ती त्या तालुक्याच्या गावी आली ती एकाच उद्देशाने. चार लोकांची कोरडी कामे करून, मीठ-भाकरी खाऊन दिवस काढावेत, बाळचे शिक्षण करावे— त्याला शहाणा करून मार्गास लावावा— हीच तिची इच्छा, हाच तिचा उद्देश व हीच तिची महत्त्वाकांक्षा होती.

काहीही अधिकउणे काम पडो, श्रीमान स्त्रियांना निरलस वृत्तीच्या उमेचा हरघडी उपयोग होई. अशावेळी तीच त्यांच्या डोळ्यांसमोर उभी राही.

घरी पै-पाहुणा आला की, कोणीही तिला हक्काने बोलावीत. कचरालोटीपासून ते उष्टी-खरकटी काढण्यापर्यंत तिच्याकडून कामे करून घेण्यात येत आणि त्या श्रमाचा मोबदला काय तर जेवण! मुलासाठी वाढून दिलेले ताट!! वर थोडीशी स्तुती!!!

'उमाबाई म्हणजे फारस सालस, अतिशय गरीब— काहीही काम सांगा त्यांना, कधी म्हणून नाही म्हणायच्या नाहीत. अगदी घरच्यासारखं आपलेपणानं अंग मोडून, मेहनतीनं काम करतात अन् जिवापाड झटतात हो!...'

अशा प्रकारच्या प्रशंसोद्गारात शब्दलाघवाखेरीज आपुलकी नसे— आत्मीयता तर नसेच नसे. असल्या प्रशंसोद्गारांनी का तिचे भागणार होते?

दोन पोटाचे जेवण बाहेर पडले-मिष्टान्न मिळाले, आणखी अधिक ते काय द्यायचे उमेला?- असेच विचार त्या स्त्रियांच्या मनात येत. त्यांच्या दृष्टीने त्या उमेवर उपकारच करीत असत.

आणि उमा, मनाची तशी संकोच वृत्तीची व भिडस्त होती. चार लोकांच्या मदतीवरच तिला दिवस कंठावयाचे होते. पण तिच्या अपेक्षा काय, याची मात्र कोणालाच कल्पना नव्हती. कोणी कधीच त्या गोष्टीचा यत्किंचितही विचार केला नव्हता आणि केला असलाच, तरी त्या उदार (?) वृत्तीच्या सधन स्त्रियांना तिला तिच्या श्रमाचे भरपूर दाम देण्याचीही इच्छा होत नसे— तिच्या भिडस्त स्वभावाचा अवास्तवपणे फायदाच घेतला जाई. आपण करतो, देतो-घेतो, हेच अधिक; यापेक्षा सढळपणाने वागल्यास भिकारडे उन्मत्त होतात, त्यांना माज चढतो— असेच वाटे त्यांना.

असहाय व निराश्रित उमेने कधी भीड चेपून एखादवेळी तोंड उघडून याचना

केलीच, तर ती बाळच्या पुस्तकांसाठी किंवा त्याच्या सद्र्याटोपीकरिता! आणि अशावेळी लोक जे औदार्य दाखवीत, ते पाहून मात्र तिला अत्यंत वाईट वाटून रडू कोसळू पाही. पण—

ते कितीही अन्याय्य वागत असले, तरी त्यांच्याच आश्रयावर- त्यांनी पुढे टाकलेल्या तुकड्यावरच तिला आपल्या एकुलत्या एक मुलासाठी-बाळासाठी जगायचे होते. बाळच्या उज्ज्वल भविष्याकडे लक्ष देऊन भावी आशेवर तिला त्या जीवन्मृत जिण्यात दिवस कंठायचे होते आणि म्हणूनच तिला उभ्या जगाची गरज होती. निःस्पृहपणाने जगाशी फटकून तिला वागता येत नव्हते; परिस्थितीमुळे ती लाचार बनली होती.

तिला नेहमी वाटे की, जगातील काही थोर विभूती अशाच किंबहुना याहीपेक्षा अधिक वाईट निकृष्टावस्थेतून वर आल्या अन् कीर्तिवैभवाला चढल्या. तसाच आपला बाळदेखील पुढे... अशा सुखमय मनोराज्यात तिला आपल्या दुःखमय परिस्थितीचा क्षणभर विसर पडून तिचे मातृहृदय उचंबळून येई आणि तिच्या डोळ्यांत अश्रू उभे राहत.

आणि तिला आपल्या मुलाबद्दल एवढा आत्मविश्वास वाटण्यासारखाच तिचा बाळ होताही. पण—

तालुक्याच्या अँग्लो-व्हरनॅक्युलर शाळेत बाळ म्हणजे अत्यंत हुशार, तीक्ष्ण व तल्लख बुद्धीचा विद्यार्थी गणला जात होता. त्या तिच्या एकुलत्या एक पाडसाभोवती-कलिजाभोवती- तिचे त्रिभुवनातील सुख एकवटून राहिले असल्यास नवल नाही.

बाळचे साधे डोके दुखत असले, तरी उमेचे पंचप्राण कंठाशी येत. तिचा जीव खालवर खालवर होई— घाबरा होई. आधीच तिचा जीव दुःखाने पोळून होरपळून निघालेला. कारण ते दुःख- पतिनिधनाचे दुःख- अद्यापही तिच्या स्मृतिपटलावरून पुसटले नव्हते. अवघ्या बारा तासांचा तो निर्घृण काळाचा खेळ झाला, पण त्यामुळे तिच्या गोड संसाराचा मात्र खेळखंडोबा झाला— तिच्या जन्माची होळी झाली!

प्राप्त परिस्थितीशी तोंड देऊन ती झगडत होती, तरी त्या परिस्थितीची झळ शक्यतोवर आपल्या कलिजाला लागू न देण्याची आणि त्यातल्या त्यात बाळच्या कोमल भावना न दुखावतील, तो शरीराने व मनाने खुरटा न होईल अशी तिची सदैव धडपड चालू असे. पण गरिबीतील अनंत यातनांची आग जरी नाही, तरी त्या आगीची ओझरती झळ मात्र त्याला लागल्याशिवाय कशी राहणार!

अशा परिस्थितीत बाळला काकूंकडे मुंजा म्हणून जेवायला पाठविणे भागच होते.

शनिवारी सकाळीच तोंडे वेडीवाकडी करीत, नाखूश होऊनच बाळ अंघोळ करण्यासाठी म्हणून डॉक्टरांच्या बंगल्यावर गेला.

त्याच दिवशी काकूंच्या गडीमाणसांना अन्य कामे निघाली. कधी आजारी न पडणाऱ्या स्वयंपाकीणबाईंचा मस्तकशूळ उठून ती गैरहजर राहिली. रिकामपणामुळे फुरसत न मिळणाऱ्या सुखलोलुप काकूंच्या मस्तकात तिडीक उठली.

बाळ गेल्यावर बंबात कोळसे भरण्यापासून सुरुवात झाली— अर्थात बाळलाच ते सारे करावे लागले.

अंघोळीनंतर भाजी बाजार, भाजी बाजारानंतर गिरणीतून दळण दळून आणणे— आणखी कितीतरी किरकोळ कामे करताकरताच बाळच्या नाकी नऊ आले. सनातनी सूनबाईप्रमाणे बाळ काकूंच्या हाताखाली साडेदहा वाजेपर्यंत राबला.

पावणेअकराला काकूंनी तांदूळ वैरले.

'कसेही करा, वाटेल ते काम करून घ्या, पण मला शाळेत वेळेवर जाऊ द्या—' अशा भावनेने अधीर व अस्वस्थ चित्ताने बाळ काकू सांगतील ती कामे कांकूं न करता अगदी निमूटपणे उरकीत होता.

अकरा वाजले— शाळेची वेळ झाली.

'सारी मुले शाळेत गेली असतील, आपण...' बाळचा जीव खालीवर होऊ लागला. केव्हा एकदा जेवण करून आपण शाळा गाठतो असे होऊन तो आतबाहेर येरझारा घालू लागला.

आता मात्र त्याला धीर निघेना.

अगदी भीतभीत, मांजराच्या पावलांनी तो काकूंजवळ गेला आणि अत्यंत आर्जवी स्वरात केविलवाणे तोंड करून म्हणाला,

"काकू, अकरा वाजले... उशीर..."

आपणास आज स्वयंपाक करावा लागत आहे या कल्पनेने काकू आधीच स्वयंपाकीणबाईवर चिडल्या होत्या, उमेनेही सकाळीच येऊन 'बाळला लवकर जेवायला घालून मोकळा करा' म्हणून सांगितले होते आणि आता बाळदेखील उशीर झाला अशी तक्रार करतो... काकूंचे मस्तक फिरले आणि फणकाऱ्यातच त्या म्हणाल्या,

"करा एकदाचं पाटपाणी नि बसा गिळायला, अन् निर्दळा एकदाचे!— काय पण रांडेच्यांची तऱ्हा! जसं काही घटकेचं पळ होतंय—"

डॉक्टरांनी, दारातून आत येत असतानाच, आपल्या पत्नीची मुक्ताफळे ऐकली.

"अजून त्याला वाढलं नाहीस? त्याच्या शाळेची इन्स्पेक्शन आहे आज. त्याचा जीव लागलाय शाळेकडे—अन् ... काय रे बाळ, किती वेळ झाला तुला येऊन?"

"तुमच्यासमोर सकाळी जो अंघोळीला म्हणून आलो तो घरी गेलोच नाही अजून. घरून पाटीदप्तर घेऊन शाळेत जायला हवं... जेवल्यावर—"

डॉक्टरांच्या कपाळावर दोन रुंदशा आठ्या पडल्या. त्यांनी किंचित रोषानेच पत्नीकडे पाहिले आणि फर्माविले—

"त्याला अगोदर वाढ पाहू—"

सव्वाअकराला बाळ जेवायला बसला—

अर्धाकच्चा कढास आलेला भात त्याला वाढण्यात आला. ऊन ऊन कढतकढत भाताचा रद्दा करून त्याने कसेतरी भराभर बकाणे मारण्यास सुरुवात केली. त्याचे तोंड भाजत होते, जिभेला चटके बसत होते, घसा जळत होता— पण त्याच्याकडे त्याचे लक्ष नव्हते मुळी. त्याचे सारे लक्ष वेधले होते ते शाळेकडे.

कसातरी पहिला भात पोटात ढकलून त्याने घर गाठले. उभ्याउभ्याच त्याने आईला झालेला प्रकार निवेदन केला, पाटीदप्तर घेतले आणि डोळ्यांतील पाणी निपटीतच त्याने शाळेकडे धूम ठोकली.

तो शाळेत आला तो धापा टाकीतच.

भीतभीतच त्याने वर्गात प्रवेश केला. इन्स्पेक्टर वर्गात आले होते. साने मास्तरांच्या क्रुद्ध नजरेकडे पाहताच त्याची गाळण उडाली. माराच्या भयाने त्याचे मन अस्वस्थ झाले— त्याच्या अंगाचा चळकाप झाला.

इन्स्पेक्टरने विचारलेल्या प्रश्नाकडे त्याचे लक्ष असावे कसे? लक्ष देण्याच्या, त्यांच्या प्रश्नांना उत्तरे देण्याच्या, मन:स्थितीतच तो नव्हता. साने मास्तरांची नखशिखांत क्रोधसंतप्त मुद्रा त्याच्या डोळ्यांसमोर वावरत होती.

वर्गातून इन्स्पेक्टर जाताच सान्यांना अधिकच संताप चढला. काल इतके बजबजावून सांगितले असतानाही तीन-चार मुले उशिरा आली होती आणि बाळने तर सर्वांवर मात केली. उशिरा आलेल्या निगरगट्ट मुलांस त्यांनी सणसणून दहा-दहा छड्या मारल्या आणि नंतर बाळकडे मोर्चा वळवून ते रागातच म्हणाले—

"मूर्खा, एकाही प्रश्नाचं उत्तर देता आलं नाही तुला? -आणखी उशीर का झाला तुला? सांगितलं होतं ना काल तुला? नादार विद्यार्थी तू-तूदेखील..."

"सर... सर... जेवायला गेलो होतो सर, डॉक्टरांकडे-!" बाळ गयावया करू लागला.

"का गेलास? जेवला नसतास तर काय मेला असतास एक दिवसानं? शाळेपेक्षा दुसऱ्याकडचं जेवण तुला अधिक वाटलं काय?"

बाळ अत्यंत कोमल मनोवृत्तीचा- भावनाप्रधान मुलगा होता. मार खाण्याचा त्याचा हा पहिलाच प्रसंग होता.

मास्तरांनी सट् सट् छड्या मारण्यास सुरुवात करताच संतापातिरेकाने बाळचे मस्तक भडकले. त्याने आपल्याकडून शाळेस वेळेवर येण्याचा आटोकाट प्रयत्न केला होता, पण... मास्तरांच्या अन्याय्य वर्तनाबद्दल त्याला चीड आली. छड्यांचा मार त्याला असह्य झाला आणि त्या संतापात-मनस्तापात तो भडभड ओकला. शीतनं शीत अगदी जसेच्या तसेच, बाहेर पडले. त्याला पुन्हा वांती झाली ती रक्ताची! त्याला घेरी आली. पाहता पाहता तो धाडकन कोसळून फरशीवर पडला— डोक्याला खोक पडून जबर जखम झाली त्याला.

फरशीवर रक्ताचे थारोळे झाले.

साने मास्तर शिस्तीचे भोक्ते होते व प्रसंगी जरी ते कडक रीतीने वागत तरी ते अंत:करणाचे हळवे, मनाचे कोमल व हृदयाचे दयार्द्र होते. आपण हंगामी, आता कोठे कायम होण्याची वेळ आली होती, त्यातल्या त्यात आज इन्स्पेक्शन, मुले उशिरा येऊ नयेत ती आली, बाळसारखा 'स्कॉलर' शोभणारा मुलगा, पण तोही इन्स्पेक्टरच्या प्रश्नांना बरोबर उत्तरे देऊ शकला नाही, आता हेडमास्तर आपणाला खूपच दोष देणार- इत्यादी कारणांनी मास्तर विवेकभ्रष्ट झाले आणि त्यांनी चिडून बाळवर छडीचा प्रयोग केला. ते करायला गेले काय आणि झाले काय भलतेच!

साने मास्तरांची तर पाचावर धारण बसली.

सभय अंत:करणाने दिङ्मूढ होऊन ते निश्चेष्ट पडलेल्या बाळकडे बघू लागले—

बाळच्या डोळ्यांची पापणीदेखील हलत नव्हती. श्वासोच्छ्वास तोही होत नसल्याची कल्पना येताच त्यांच्या डोळ्यांसमोर काजवे चमकले! हृदयात एकदम चर्र झाले! छातीत धस्स झाले! वस्तुस्थितीची जाणीव होण्यास त्यांना फारसा अवधी लागला नाही. ते पटकन खाली बसले— बाळच्या छातीशी त्यांनी कान नेला—

धुगधुगी होती. त्यांनी त्याच्या नाकावर हात ठेवून पाहिला. मंद मंद, अवरोधित का होईना, पण श्वासोच्छ्वास चालू होता. त्यांना किंचित धीर आला. त्यांना वाटले, अजून... अजून भयविव्हलतेने त्यांनी सभोवार पाहिले—

बाळगोपाळांचे चेहरे चिंताग्रस्त व भयाकुल झाले होते. कित्येकांनी तर भीतीने, मास्तरांना न विचारता पुसताच तेथून केव्हाच पोबारा केला होता.

हां हां म्हणता शाळेभर वदंता पसरली की... की हेडमास्तरांसह सारा शिक्षकवर्ग तेथे जमला. सर्वांच्या तोंडचे पाणी पळाले.

हेडमास्तरांच्या मर्मभेदक वाग्दंडाने सान्यांचे हृदय जर्जर झाले. शाळेवर खरोखरीच केवढा अभिश्राप-केवढा ठपका येऊ पाहत होता.

या हृदयशून्य-अश्लाघ्य वर्तनाचे परिमार्जन करण्याकरिताच की काय सान्यांना

वाटले, साने मास्तर बाळला औषधोपचारासाठी, त्याच्या सेवाशुश्रूषेसाठी डोलीत घालून घरी नेऊ इच्छित होते. पण साने मास्तरांच्या मनश्चक्षूंसमोर चित्र उभे राहिले ते त्याच्या परिस्थितीचे-गरिबीचे अन् त्याच्या आईचे-उमेचे. भूतदया सोडली तरी बाळवर सान्यांचे, तो एक गरीब, अभ्यासू, सालस व हुशार विद्यार्थी म्हणून प्रेम होतेच.

साने मास्तरांच्या काकुळतीच्या आर्जवांना हेडमास्तरांना मान देणे भागच पडले.

ज्या डॉक्टरांच्या घरी बाळ जेवायला गेला होता, तेच आपल्या धंद्यात अत्यंत निष्णात, धन्वंतरी व यशस्वी म्हणून प्रख्यात होते.

डॉक्टर येताच साने मास्तरांनी त्यांच्यापुढे एकंदर गोष्टीचा पाढा वाचला आणि अत्यंत केविलवाणे तोंड करून गयावया केले—

"माझ्या घरादाराचा उन्हाळा करतो, बाळच्या भारंभार पैसे देतो, वाटेल ते-सांगाल ते करतो, पण डॉक्टर त्याला वाचवा-"

"अगोदर मला मुलाला पाहू द्या— चला."

बाळला पाहताच डॉक्टर क्षणभर आश्चर्याने स्तिमित झाले. तो बाळच असेल अशी त्यांना कल्पना नव्हती. भूतदयेने त्यांचे हृदय भरून आले.

बाळच्या प्रकृतीची त्यांनी कसून खूप वेळ तपासणी केली.

"हूंऽऽ! Ulcer in the stomach!! मनस्तापात वांतीच्या वेळी आतड्यावर ताण बसून तो फुटला अन् रक्त ओकला." डॉक्टर स्वत:शीच पुटपुटले आणि विचारमग्न होऊन खिन्न झाले. तरी जे उपचार करायचे होते ते चाललेच होते.

डॉक्टर स्वत: गरिबीतूनच वर आले होते. स्वत:च्या बाळपणच्या अनुभवावरून त्यांना बाळच्या परिस्थितीशी समरस होता आले.

श्रीमंतीत व लाडात वाढलेल्या मुली बहुधा श्रीमंताकडेच पडतात. गरिबांच्या दु:खाची, त्यांच्या मनोभावनांची, त्यांच्या आशा-आकांक्षांची त्यांना कल्पनाच नसते. श्रीमंतीचा धूर असतो त्यांच्या डोळ्यांवर! खऱ्या भूतदयेने निराश्रितांकडे पाहण्याची त्यांना इच्छाच नसते. कोरनितकोरावर गरिबांना राबवून, त्यांची पदोपदी मानखंडना करून उलट आपल्याच उदार व सहानुभूतिपूर्ण (!) वृत्तीची घमेंड मारणाऱ्या धनिकांची उदाहरणे डॉक्टरांच्या डोळ्यांसमोर उभी राहिली. डॉक्टर झाल्यापासून गोरगरिबांकरिता शक्य ती शारीरिक व आर्थिक झीज त्यांनी सोसली होती. गरीब व निराश्रित रोग्यांकडे फुकट खेपा मारणारा व धनिकांकडून नोटांची पुडकी खिशात घालणारा धन्वंतरी म्हणून आजवर त्यांनी लौकिक मिळविला होता, पण त्यांच्याच घरात- त्यांच्याच पत्नीचे वर्तन मात्र त्यांच्या अगदी उलट! मनातल्या मनात ते पत्नीवर मनस्वी चिडले, ते याचमुळे.

बाळला भयंकर ताप चढत चालला होता.

डोक्याची जखम बांधली होती, तरी त्याच्या आखांतून शीरन् शीर फणफणत होती.

नाडी सूक्ष्म तंतूप्रमाणे वाहत होती, तरी तिचा वेग मात्र ठोके मोजता न येण्याइतका शीघ्र होता. हृदयाचे स्पंदनही मंदमंद होत होते. श्वासोच्छ्वास अनियमित व अव्यवस्थित चालला होता. चिंताजनक स्थिती होती त्याची.

गरीब बिचारी उमा- निरोपाबरोबरच धावत आली.

तिचा कलिजा तशा आसन्नमरण स्थितीत निश्चेष्ट पडलेला पाहताच बाळच्या छातीवर आडवे पडून तिने आल्याआल्याच हंबरडा फोडून ओक्साबोक्शी रडण्यास सुरुवात केली.

"बाळ-माझा गुणी बाळ... बोल की रे माझ्याशी... देवा, काय रे केलंस हे? डॉक्टर... डॉक्टरसाहेब, माझ्या बाळाला वाचवा हो वाचवा..."

डॉक्टरांच्या हृदयाला पीळ पडून अंत:करण तिळतिळ तुटू लागले. त्यांनी तिची समजूत घालण्याची शिकस्त केली.

ती आक्रंदून रडतच होती. तोच बाळ बरळू लागला—

"आई, आई गंऽऽ... डोकं दुखतंय... कससंच होतंय गं... सर... सर... नका हो मारू... जेवायला गेलो... उशीर... काकूनं वाढलं नाही लवकर... मुंजा... मुंजा... भूत... भूत... मुंजा मरतो... भूत होतं त्याचं... लागतं ते... ते लागू नये म्हणून मुंजा जेवायला घालतात... आई... सर... मारू नका हो... मी काय करू... उशीर झाला... सर... भूत... भूत...आई..."

"माझंच चुकलं मेलीचं! नसतं पाठवलं जेवायला तुला बाळ तर... तर रागवल्या नसत्या का काकू... पण... डॉक्टर, माझा कलिजा- याला कसंही करून वाचवा हो..."

"कृपा करून शांत व्हा— बाळसाठी तरी शांत व्हा, उमाताई, त्याला त्रास होईल ना? घाबरू नका. माझ्यावर विश्वास ठेवा, ताई! चोवीस तास त्याच्या उशागती बसून प्रयत्नांची शिकस्त करतो- पण अशा रडू नका..."

बोलता बोलता डॉक्टरांचा कंठ दाटून आला आणि तोंड फिरवून त्यांनी आपल्या डोळ्यांतील घळघळणारे अश्रू निपटले.

उमा रडताना थांबली, पण तिच्या डोळ्यांचे पाणी मात्र खळेना.

बाळचे स्नेही-बाळगोपाळ अंगणात उभे होते. 'बाळ कसा असेल... तो जगेल की...' या शंकाकुशंकांनी त्यांचीही कोमल अंत:करणे हळुवार होऊन, ते चिंतातुर दिसत होते.

साने मास्तर दु:खव्याप्त मन:स्थितीत आत-बाहेर करीत होते.

त्या बालकांना पाहताच त्यांना अधिकच गहिवरल्यासारखे होऊन त्यांच्या विशाल डोळ्यांत तुडुंब अश्रू उभे राहिले आणि ते अत्यंत गदगदलेल्या स्वरात म्हणाले—

"या बाळांनो. या, ओटीवर या. गडबड न करता-दुरूनच खोलीच्या दारातून पाहा... बाळ, तुमचा- आमचा बाळ... प्रभूची कृपा असली तर, तर -आपला बाळ बरा होईल— बरा होईल तो!"

■

ते निर्दय नाहीत गं!

परिचय

कवठेकरांच्या गोष्टीत सामान्यत: भावनांच्या आविष्कारावर भर असतो. कित्येकदा हा आविष्कार कलेच्या दृष्टीने अतिरेकाचासुद्धा वाटतो. पण 'ते निर्दय नाहीत गं' ही गोष्ट त्यांच्या सर्वसामान्य पद्धतीपेक्षा निराळी आहे. एका रोगंड्या मुलीविषयी बाह्यत: उदासीन दिसणाऱ्या एका पित्याच्या अंत:करणातल्या मूक दु:खावर त्यांनी ही गोष्ट उभारली आहे. 'आपलं मूल मरावं, असं बापाला वाटतं आणि हा विचार प्रेमामुळे त्याच्या मनात येतो.' किती विचित्र आणि नाजूक विषय आहे हा! ही गोष्ट कवठेकरांनी फुलवून लिहिली असती तर 'अन् लोक म्हणतात- मी भिकारी आहे म्हणून' या गोष्टीपेक्षाही अधिक सरस अशी कथा त्यांच्या हातून निर्माण झाली असती.

"तायडीला पाह्यचं होतं— फारच ताप येतोय तिला. अन् आता तर डोळेदेखील केव्हापासूनची उघडत नाही ती!"

ती जितकी कळवळून व गहिवरून म्हणाली तितक्याच बेपर्वाईने मी म्हणालो, "बरं झालं! ब्याद तरी जाईल मागची."

"असं काय ते नेहमी नेहमी बोलावं माणसानं— एकदा तरी तिच्या अंगाला हात लावून पाह्यचं होतं, म्हणजे..."

"जरत्कारू... जन्मल्यापासून बिचारी ही अश्शीच! तिला काय बघायचंय? मरू दे एकदाची मरायचीच असली तर... अन् तू तरी रात्रंदिवस तिच्या उशागती बसून काय करणार आहेस?- जगणार आहे थोडीच ती, असा रात्रीचा दिवस करून?"

"आपल्यासारखी नाही ना मी अन् माझं हृदय. मी तिचा नऊ महिने भारच वाह्यलाय... आतडी तुटताहेत माझी—"

"अन् माझी आतडी तुटत नाहीत वाटतं? आतड्यांना पीळ पडतो म्हणूनच तर बोलतो. तुला मात्र वाटतं, मी जसा काही कुणीच नाही तिचा— मायेची काय

ती तूच एक!''

''बापच आहात म्हणून बरं! पण...''

''पण काय?''

''पण वागता मात्र कसाबासारखे तिच्याशी. जन्मापासून रागराग केलात तिचा... कपड्यालत्त्याकरताच काय, पण तिच्या औषधासाठीदेखील खर्च करायचा म्हणजे कपाळाला आठ्या पडतात आपल्या... मधू कुठून आला नि तायडी तरी कुठून आली... दोघंही सारखीच एकाच आई-बापाची लेकरं! पण आपण मात्र त्या दोघांत फरक करता अन् करीत आलात. का? का बरं असा दुजाभाव करता?''

''बुद्धिपुरस्सर का करतो हे मी? तिच्याकडे पाहण्याचीदेखील इच्छा होत नाही मला! पोरं असली, तर कशी गुटगुटीत असावीत— त्यापरती नसलेली परवडली. त्यांना स्वत:ला त्रास, नि त्यांच्या आईबापांना दुप्पट त्रास. येतात तरी कशाला असली जरत्कारू पोरं पोटी कोण जाणे!''

मी उद्वेगानेच बोललो, पण त्याचा तिच्या मनावर मात्र केवढा आघात झाला. तिच्या हृदयाला आधीच जखम झाली होती आणि आता तर त्यावर जणू मिठाचे पाणीच पडले. तिच्या डोळ्यांत केव्हाचे अश्रू तरंगत होते. ते आपल्या पदराने पुशीत ती अगदी सद्‌गदून म्हणाली,

''निर्दय-पाषाण हृदयाचे आहात आपण... माझी तायडी हसत नाही आज... खेळत नाही... जे चार बोबडे शब्द बोलायची तेदेखील बोलत नाही हो आज! आपली चाहूल लागली की, कशी शोधक नजरेनं आनंदून आजूबाजूला नेहमी पाह्यची... तिला वाटतं... तिला वाटतं...''

बोलता बोलता ती स्फुंदू लागली.

''तिला— काय वाटतं तिला?''

''तिला वाटतं की, आपण तिला मधूप्रमाणे जवळ घ्यावं... नसेल का वाटत तिच्या बालहृदयाला अस्संच! पायानं चालता येत नाही, तर सरकत सरकत, आपल्या येण्याची वेळ झाली की, कशी नेमकी दारात बसून राह्यची अन् हसून आपलं स्वागत करायची... पण आपण मात्र कठीण हृदय करून, तिच्याकडे न पाहताच निघून जात असा... आपण घरात आला अन् घरात असला म्हणजे तिला कित्ती कित्ती आनंद व्हायचा. तिला आपला आनंद बोलून दाखविता येत नसे, की मधूप्रमाणं दुडदुडा येऊन आपल्या पायाला विळखा घालता येत नसे... पण ती आपलं प्रेम न् आनंद हसून नसे का दाखवीत... आता-आज तरी घ्यायची होती हो तिला मांडीवर!- घ्यायची होती तिला...''

तिच्या बोलण्याने मला गहिवरल्यासारखे झाले आणि मी ताईच्या जवळच पलंगावर बसलो. तिच्या अंगाला हात लावून पाहतो, तो माझ्या काळजात चर्र

झाले. मला भयंकर शंका आली आणि त्याबरोबर हजारो बरेवाईट विचार माझ्या मनात एकदम उभे राहिले.

खरोखरीच आजपर्यंत मी ताईला सारखे मरवडेच घालीत आलो होतो. तिचे तिलाच होणारे क्लेश पाहून मला तिच्याकडे पाहूदेखील नये, असेच वाटे. तिला धड बोलता येत नव्हते, की धड चालता येत नव्हते. नेहमी आजारी- पोटाचा तंबोरा-हातापायाच्या काड्या! तिचे अस्तित्व आम्हाला जाणवे ते फक्त तिच्या 'आय... य... आय-' अगर 'बा..बा..बा..बा' या शब्दांनीच किंवा एखादेवेळी मधूने तिचे केस धरून ओढल्यास ती किंचाळे, त्याच वेळी.

गेल्या आठ दिवसांपासून तिला मी दारात बसलेली पाहिली नाही. 'बा बा' म्हणून हसून माझे स्वागत करणारी ताई मला सोडून जाते की काय असे वाटून माझ्या पोटात कालवाकालव झाली. माझे सुप्त पितृवात्सल्य एकाएकी जागे झाले आणि मला आज... अगदी पहिल्यानेच प्रेमाचा पान्हा फुटला. मी ताईला अलगद उचलून मांडीवर घेतले. तेवढेदेखील श्रम तिला सहन न होऊन ती खोल गेलेल्या आवाजात अस्फुट कण्हली आणि तत्क्षणीच तिने डोळे उघडून वर पाहिले. माझ्या नजरेशी तिची नजर भिडताच, तशा त्या स्थितीतही तिने हसण्याचा प्रयत्न केला, असा मला भास झाला. आपल्या जन्मदात्याने आपल्याला अगदी पहिल्यानेच मांडीवर घेतलेले पाहून तिला आनंद झाला की काय कोण जाणे, कारण तिचा चेहरा खुलला, तिचे डोळे चमकले आणि तिने कितीतरी वेळ माझ्याकडे निरखून पाहिले. बघता बघताच तिच्याही डोळ्यांच्या कडा ओलावल्या. माझ्या पत्नीच्या डोळ्यांतही आसवांनी बंडाळी सुरू केलेली दिसताच माझादेखील कंठ भरून आला आणि मी पटकन कधी नव्हताचा तायडीचा मुका घेतला. तिचे इवलाले ओठ थरथरले.

आमच्या डोळ्यांतून अश्रू ठिबकत होते.

आम्ही कितीतरी वेळ नि:शब्द राहिलो!

"हिच्या अंगात काही गरम घालायचं होतंस ना?"

"काय घालूऽ?"

"मधूचा स्वेटर- तो नाही का हिच्या अंगाला येत?"

"आपणच नाही का म्हणालात की, अशी कपड्यांची अदलाबदल करायला नको म्हणून? त्याला तिच्या रोगाचा संसर्ग होईल ना... संसर्ग होईल बरं... आपणच म्हणालात..."

"तसं नव्हे गं! पण-पण... आता, या वेळी तरी घाल मधूचा स्वेटर हिला..."

"नको बरं- मधूचा उताराच ना घालायाचा. अन् तोही तिच्या अशा आजारीपणात-"

ती किती जहरी बोलली— तिचे बोलणे माझ्या अगदी जिव्हारी लागलं.

तायडी आणि मधू दोन्ही माझीच मुले. पण दोघांशी वागण्यात माझ्याकडून कितीतरी दुजाभाव होत होता. मधू गुटगुटीत, आनंदी व हसतमुख तर ताई-तायडी रोगी, दुःखी आणि जरत्कारू! मधूला घेताना मला आनंद होई- माझ्या चित्तवृत्ती उल्हासित होत आणि त्याच्याकडे पाहून मला त्याच्याबद्दल धन्यता वाटे आणि ताईच्या बाबतीत अगदी उलट होत असे माझे.

आईबापाचे प्रेम मुलावर सारखे असते असे म्हणतात. पण मला मात्र कधीच माझ्या दोन्ही मुलांवर सारख्याच स्वरूपाचे प्रेम करता आले नाही.

जगच असे असेल का-आहे का, की ज्याला त्याला आपल्या अवतीभोवती नेहमी आनंदी माणसेच असावी असे वाटत असेल! सुखासाठीच आपण धडपडतो- म्हणूनच सुख, संपत्ती व आनंदच आपणाला आपल्याभोवती पिंगा घालताना आवडतो. सुखी आणि आनंदी माणसेच जगात सुखी असतात आणि ती दुसऱ्यांनाही सुखी व आनंदी करू शकतात. ज्याला त्याला सुखच पाहिजे असते- परदुःखाची कल्पनादेखील आपणाला व्हावयाला नको असते. पण—

ते आईचे हृदय पुरुषाच्या हृदयाहून किती भिन्न! की, उठता-बसता आम्हा पुरुषांना बायकांप्रमाणे आपली हृदयव्यथा बोलून आणि रडून दाखविता येत नाही. म्हणून का स्त्रिया आम्हाला निर्दय आणि हृदयहीन म्हणतात? माझ्या मनात हजारो विचार आले... मी ताईकडे आणि पत्नीकडे आळीपाळीने पाहतच होतो. तोच डॉक्टर आले. त्यांनी ताईची प्रकृती पाहिली.

डॉक्टरांना पोहोचविण्यासाठी मी दरवाजापर्यंत गेलो. त्यांनी जाताना जे उद्गार काढले ते ऐकून मात्र मला रडू कोसळू पाहत होते.

"हे पाहा...!" तिने आतूनच हाक मारली.

मी जड अंतःकरणाने, डोळ्यांत बंडखोरपणाने उभे राहणारे अश्रू थोपवून धरीत आत गेलो.

तिचे मातृहृदय करपत होते— तिची चर्या अनंत काळजीने व्यापली होती. चिंतातुरतेने माझ्याकडे पाहत ती म्हणाली,

"काय म्हणाले डॉक्टर—"

"ठीक आहे म्हणाले- भिण्याचं कारण नाही."

मी आवर्जून शांतपणे व काहीसे हसून बोललो. पण माझ्या आवाजातील कातरता मात्र तिच्या हृदयाला जाणवली आणि माझे हसणे तर तिला अत्यंत भेसूर वाटले.

माझ्या कठोर, बाह्यतः निष्ठुर नि हृदयशून्य हसण्याने तिचे मन उबगल्यासारखे दिसले. भकास, व्याकूळ नि केविलवाण्या नजरेने माझ्याकडे पाहत नि डोळ्यांत

उभे राहिलेले अश्रू पदराच्या टोकाने पुशीत, ती गुदमरून रडक्या स्वरात म्हणाली,

"आपल्याला खरंच हृदयच नाही का हो?"

"खरंच, आम्हाला हृदयच नसतं... नसतंच मुळी, असंच वाटतं तुम्हाला," असे म्हणून मी बैठकीत येऊन बसलो— आणि मला रडू कोसळले.

माझ्या दबून रडण्याची चाहूल लागूनच की काय ती बैठकीत आली आणि स्फुंदतच म्हणाली,

"मी निष्ठुरपणाने बोलले- राग आला? वाईट वाटलं आपणाला?"

मी चटकन बाहीने डोळे पुसले आणि म्हणालो,

"तसं नाही... पण... मला खरंच वाईट वाटतं ताईबद्दल. ती मरेल तर बरं असं मला वाटत असे- पण ते का, याचा मात्र तू कधी विचार केला नाहीस. भूतदयेनंच-प्रेमानंच मी तसं म्हणत असे. पुरुषांच्या या वरकरणी निर्दय दिसणाऱ्या वर्तनाची फोड तुम्हा स्त्रियांना खरंच करता येत नाही म्हणून तुम्हाला आम्ही हृदयहीन वाटतो- एवढंच!"

एवढे बोलून मी आत गेलो आणि तायडीला मांडीवर घेऊन कितीतरी वेळ अश्रू ढाळीत बसलो.

माझा दु:खावेग पाहून तिलाही भडभडून येत होते. तिच्या दृष्टीत मूर्तिमंत उमाडा होता. मी ताईला कधी नव्हे ते मांडीवर घेतलेले पाहूनच की काय तिचे हृदय अनंत परस्परभिन्न विकारांनी चिरफटून गेल्यासारखे होऊन ती रुद्ध कंठात, गद्‌गदून नि विकळतेने उच्छ्‌वसून म्हणाली,

"ताई-तायडे, डोळे उघड... त्यांनी घेतलंय तुला... बघ की डोळे उघडून... ते निर्दय नाहीत गं!"

तिच्या बोलण्याने माझ्या हृदयाला जे अनंत पाझर फुटले तेच डोळ्यांतून निचरत होते.

■

तिळाच्या वड्या

परिचय

एका आईच्या मायेच्या सावलीत भाऊभाऊ लहानांचे मोठे होतात. त्यांनी गुण्यागोविंदाने एकत्र नांदावे असे तिला नेहमीच वाटत असते. पण या नाही त्या क्षुल्लक कारणाने भावाभावांत दुरावा निर्माण होत जातो. तो पाहून आईच्या मनाची विलक्षण कुचंबणा होऊ लागते. पण तिला बिचारीला हे दुःख मुकाट्याने गिळावे लागते. इकडे मोठ्या झालेल्या मुलांच्या डोळ्यांवर संपत्तीचा, प्रतिष्ठेचा आणि अहंकाराचा धूर चढत असतो आणि तिकडे बापडे आईबाप डोळ्यांतून पाणी गाळीत बसलेले असतात. पण कालांतराने मुलांचे डोळे उघडण्यासारखे प्रसंग त्यांच्या आयुष्यात निर्माण होतात आणि मग काठीने पाणी दुभंगल्यासारखे दिसले तरी ते पुन्हा एक झाल्याशिवाय राहत नाही, या उक्तीचा अनुभव प्रत्येकाला येतो. हिंदू समाजात परवापरवापर्यंत सर्वांच्या परिचयाचे असलेले हे कौटुंबिक चित्र कवठेकरांनी या कथेत आपल्या भावनाप्रधान शैलीने रंगविले आहे.

फार दिवसांनी अगदी अचानक माझ्या एका जुन्या मित्राची रस्त्यातच गाठ पडली. जवळजवळ पाच वर्षांनी तो मला भेटला.

"केव्हा आलास बदलून इथं?"

"झाला एक महिना..."

"मग मला कळवलं नाहीस— भेटला नाहीस येऊन कधी तो?"

"तुझ्या भावाकडे-पहिल्या ठिकाणी जाऊन चौकशी केली... तुम्ही आता वेगळे राहता म्हणे?... त्यांनी तुझ्या घराची खूण सांगितली. त्यांना घराचा नंबर आठवेना. खुणेवर चौकशी केली— पत्ताच लागला नाही तुझा. येतोस का घरी? थोडा वेळ..."

फार दिवसांनी सदाशिव भेटलेला- चार सुखदुःखाच्या गोष्टी बोलण्यासाठी मन

कसे उतावीळ झाले होते. मी त्याच्याबरोबर त्याच्या घरी गेलो.

बैठकीत शिरताच त्याने हातातील फुलांचा पुडा टेबलावर ठेवला आणि तो हातपाय धुण्यासाठी म्हणून आत गेला.

गुरुवारचा दिवस होता तो. मला वाटले, दत्ताच्या तसबिरीसाठी त्याने हार-बीर आणला असेल!

हातपाय धुऊन तो परत येताच मी म्हणालो,

"काय रे, बराच देवभोळा बनलेला दिसतोस तू जबलपूरला गेल्यापासून?"

"म्हणजे! मी नाही समजलो. तू कशावरून म्हणतोस हे?"

"नाही- फुलांचा पुडा आणलायस म्हणून म्हणतो मी—"

फुलांचा पुडा सोडता सोडताच त्याने माझ्याकडे पाहिले. किंचित काल त्याचा हात थबकला आणि काहीसा वाईट चेहरा करून तो म्हणाला,

"आई गेलेली तुला ठाऊक नसेल... मला वाटतं. मी तुला कळवलं होतं?"

"छे! किती दिवस झाले?"

"दोन वर्षं झाली—"

"असं का? वाईट झालं! दीड-दोन वर्षांत पत्र तरी पाठवलं होतंस मला? बाकी, मी तरी कुठं लिहिलं होतं तुला म्हणा!"

"मी तरी तेच म्हणणार होतो. अन् खरं सांगू भाऊ, पत्र पाठवण्याच्या मन:स्थितीतच नव्हतो मी. आई गेल्यापासून मन कसं उदास-भकास झाल्यासारखं झालं आहे..." बोलता बोलता त्याचे डोळे पाण्याने भरून आले. धोतराच्या सोग्याने चटकन त्याने आपले डोळे पुसले आणि फुलांच्या पुड्यातील हार काढून, त्याने तो टेबलावर चढून आपल्या आईच्या फोटोला घातला. तितक्याच भक्तिभावाने तिला त्याने नमस्कार केला आणि माझ्याकडे तोंड करून खुर्चीवर बसत तो म्हणाला,

"आज गुरुवार- याच दिवशी, याच सुमारास, आईनं माझ्या मांडीवर आपला देह ठेवला. भाऊ, ती गेल्यानंतर-तेव्हापासून मी ही अशी तिची मानसपूजा करतो, तिच्यावर ही अशी फुलं वाहतो— अनंत देवतांपेक्षाही मी तिला अधिक पूज्य मानतो... पण—"

"पण काय, सदाशिव?"

"पण, यापासून मनाला समाधान होत नाही. आयुष्यभर पाप करून मग वृद्धापकाळी पश्चात्तापानं देवाचं टाळकं धरून बसलेल्यांना ज्याप्रमाणं मानसिक स्वास्थ्य लाभत नाही म्हणतात ना, तसंच आईशी मगरुरीनं अन् अन्यायानं वागलेल्या माझ्यासारख्या माणसाला, आईच्या पश्चात तिच्या स्मरणार्थ केलेल्या कोणत्याच गोष्टीनं समाधान लाभणार नाही— लाभत नाही मला ते. जिवंतपणी तिची अवहेलना केली, नि आता तिच्या फोटोची, देवता समजून पूजाअर्चा

करतोय—कृतापराधांची क्षमा कर म्हणून दररोज निजताना उठताना नाकदुऱ्या काढतोय मी! ती जिवंत असताना जर मी असं केलं असतं, तर तिला किती धन्य वाटलं असतं!''

तो बराच वेळ थांबला-इतका त्याचा कंठ दाटून आला होता.

''ती गेल्यावर हा तिचा फोटो मी एन्लार्ज करून घेतला— तिच्या पुण्यस्मरणार्थ पाच-सहाशे रुपये संस्थांना देणग्या दिल्या. तिचं स्मरण म्हणून तिची प्रत्येक वस्तू आज मी बहुमोलाची समजतो—त्या साऱ्या वस्तू आज मी उराशी बाळगतो आहे. त्यांना कुणी हात लावला, तरी मला ते खपत नाही. पण प्रत्यक्ष ती जिवंत असताना मात्र—''

''तिला काही तू वाईट वागवीत नव्हतास- मला ठाऊक आहे, तुझ्या चांगुलपणाच्या कितीतरी गोष्टी ती माझ्याजवळ सांगत असे—''

''तसं तिनं सांगितलं नसतं तरच आश्चर्य! पण खरं सांगू भाऊ, मी तिला कधी सुख दिलं नाही...''

''पत्नी व मुलं याखेरीज काही दिसत नव्हतं मला. तारुण्यातील उन्मादाचा काळ होता तो; आईशी गोड शब्ददेखील बोलण्यास तेव्हा मला सवड होत नसे. तिचं अस्तित्व विसरल्याप्रमाणं मी घरात वागत होतो. क्षुल्लक बाबतीतदेखील तिचा मी सल्ला घेतला नाही की, तिला काही विचारलं नाही आणि पत्नी म्हणून जी घरात आली तिच्या हाती सर्व सत्ता-पैकाअडका. तिला कधी मी हिशेब विचारला नाही. पण, आईला पैसा जरी पाहिजे असला, तरी त्याचा मी पहिल्यानं हिशेब विचारल्याखेरीज तो तिला दिला नाही.

''एक एक गोष्टी आठवल्या म्हणजे कसा आपलाच आपल्याला आतल्याआत संताप येतो. अन् असं वाटतं की, थाडथाड मुस्कटात मारून घ्याव्यात आपल्याच!... सायंकाळी बाहेरून आलो म्हणजे जवळ बसून चार सुखदुःखाच्या गोष्टी मी तिच्याशी बोलाव्यात, असं तिला वाटे. पण... अन् ती कधी जवळ येऊन बसली, प्रेमानं अंगावरून हात फिरवू लागली की, मला ते खपत नसे. मी कितीही मोठा झालो असलो तरी तिला-आईला मी लहानच नव्हतो का? आपण मायेनं मुलाच्या अंगावरून हात फिरवल्यास त्याचा शीणभार हलका होईल, असं तिला वाटे. नि मला?- ती अशी जवळ येऊन बसली की, तिची ब्याद वाटे...

''भाऊ, तो मायेचा हात तितक्याच ममतेनं आज माझ्या मस्तकावरून फिरवायला, नि 'माझा बाळ दमला आज' असं म्हणायला कुणी राह्यलंय का?

''एखादी वस्तू जवळ असली, म्हणजे तिची किंमत नसते. माणसाच्या बाबतीतही तसंच होत असलं पाहिजे. माणूस घरात असलं म्हणजे त्याची किंमत नसते आपल्याला, पण तेच नाहीसं झालं म्हणजे... आई होती तंवर ती म्हातारी

नको होती मला. पण आता?-'' असे म्हणून सदाशिव उठला आणि खिडकीजवळ जाऊन त्याने नाक शिंकरले, डोळे पुसले. तो एक दीर्घ नि:श्वास सोडून म्हणाला, ''जाऊ दे- हे असंच चालायचं... तुझी आई कुणाजवळ असते? बरी आहे ना प्रकृती तिची! बरीच खंगली असेल?''

''खूपच!''

''मग ती तुझ्याजवळ असते, की...?''

''दादांकडे असते ती. दादांचा न् त्यांच्या मुलाबाळांचा भारी लळा आहे तिला... ती आपली तिकडेच राहण्यात खूश असते नेहमी.''

''चुकतोस तू. मला खरं नाही वाटत हे! अरे, आईला तू काय नि दादा काय सारखेच! आईच्या प्रेमात दुजाभाव कसा असेल?''

सदाशिवाने नकळत वर्मी घाव घातल्यासारखा वाटला मला.

मी निरुत्तर राहिलो.

''ते काही का असेना-तिनं बिचारीनं फार कष्ट काढले तुमच्यापायी. तिला तिच्या या वयात फुलासारखं ठेव— सुख दे तिला. आधी आई, मग बायको-मुलंबाळं. आईची माया आहे तंवर लावून घे— ती नाहीशी झाल्यावर माझ्याप्रमाणं पश्चात्ताप करण्याची पाळी नको येऊ देऊस... आता मी ब्रह्मज्ञानाच्या गोष्टी सांगतोय— हसशील मला तू...''

बऱ्याच वेळाने मी सदाशिवाच्या घरातून बाहेर पडलो.

त्याच्या घरातून मी बाहेर पडलो, पण माझ्या मनात मात्र अनंत विचार उठले. 'हसशील मला तू-' छे! सदाशिव मी तुला हसत नव्हतो. मी तुला कसा हसू? तूच उलट मला हसत असशील-हसशील!

आजपर्यंत मी इतका कधीच बेचैन झालो नव्हतो.

सदाशिव आपल्या आईशी जसा वागला, तसाच मी आपल्या आईशी वागलो नव्हतो का- वागत नव्हतो का? छे! आपण कितीतरी पटींनी आपल्या आईशी चांगले वागतो आहोत. आपल्याला आपल्या आईविषयी आदर आहे, कृतज्ञता आहे... मी मनाचे समाधान करून घेण्याचा जो जो प्रयत्न करीत होतो, तो तो माझे आतल्यातले आतले मन म्हणत होते, 'नाही, भाऊ, तू कृतघ्न आहेस, दुष्ट आहेस, तुला कर्तव्याचीदेखील जाणीव नाही- प्रेम तर बाजूलाच राहिले.'

घरी येऊन मी स्वस्थ पडून राहिलो. विचारकल्लोळाने मस्तक अगदी कलकलून गेले. काही म्हणून काहीच सुचेना मला. क्षणोक्षणी उठावे, खोलीत या भिंतीपासून त्या भिंतीपर्यंत विमनस्कतेत येरझारा घालाव्यात आणि पुन्हा कलकलते मस्तक दोन्ही हातांच्या तळव्यात दाबून धरून पलंगावर आडवरावे-असेच चालले होते माझे.

आठ-साडेआठ वाजण्याच्या सुमारास माझी पत्नी आत आली.

'जेवायचं झालं आहे- उठा' हा तिच्या येण्यात इशारा होता.

मी आपल्या विचारांत होतो, तोच ती म्हणाली,

"बरं नाही की काय आज? डोकंबिकं का दुखतंय?"

मी नुसता हुंकार दिला.

"मग जेवायला उठायचं होतं— थोडा भात खावा..."

"मला जेवायचं नाही— तुम्ही सारी जेवून घ्या."

ती निघून गेली. ती जाताच माझ्या मनात चटकन आजच आणि पहिल्यानेच आले- याच ठिकाणी आई असती, तर ती अशी निघून गेली नसती. ती जवळ आली असती— तिने माझ्या मस्तकाला, ते किती तापले आहे हे पाहण्यासाठी, हात लावून पाहिला असता, तिने माझे डोके चेपलेही असते. मायेने तिने माझ्या अंगावरून हात फिरवला असता आणि मी नको नको म्हणत असतानाही तिने मला बळेच उठवून दोन घास कसेही करून खाऊ घातलेच असते. मला का अनुभव नव्हता हा? पण आजपर्यंत या गोष्टीकडे माझे कधी लक्ष गेले होते का?

पत्नी जेवून-खाऊन येऊन झोपली. मुलेही झोपली होती.

सर्वत्र सामसूम झाली होती— बारावर एक वाजून गेला होता.

कुत्रे थारोळ्यात बसले की, रात्रीच्या शांत वेळी त्याला आपल्या पूर्वीच्या सात जन्मांची आठवण होऊन ते रडते म्हणतात. मला माझ्या याच जन्मीच्या गोष्टी आठवून, माझ्या पूर्वीच्या एकएका कृत्याची-वर्तनाची लाज वाटून तसेच रडू येऊ पाहत होते.

विमनस्कतेने डोळे किलकिलवीत मी विजेच्या झगझगीत प्रकाशाकडे पाहत होतो. मस्तकात तेच ते विचार तुफान माजवीत होते. आजपर्यंत स्वतःचे अंतरंग मला कळले नव्हते. अंतरंगाकडे पाहण्याची ती दृष्टीच नव्हती मला. पण आज- आज त्या सर्व गोष्टी मला आठवू लागल्या.

◆

खरोखरच आईने आमच्यासाठी खस्ता काढल्या होत्या, हाडांची काडे केली होती.

दादा नि मी अगदी लहान असतानाच आमचे बाबा वारले. आमच्या संगोपनासाठी, विद्यार्जनासाठी आईने अनंत कष्ट सोसले होते. सात-आठ वर्षांनी दादा माझ्यापेक्षा वयाने मोठे होते. मॅट्रिक होताच त्यांनी मुलकी खात्यात नोकरी धरली. तेव्हापासून आईच्या मागचे कष्ट वाचले. मीठ-भाकरी खाऊन आम्ही कसेतरी, पण गुण्यागोविंदाने, दिवस लोटीत होतो. नोकरीला लागताच दादांचे लग्न झाले होते. मी मॅट्रिक होऊन

नोकरी धरीपर्यंत दादांना दोन मुलेही झाली होती.

दादा मुलकी खात्यात पडले— मी लष्करी खात्यात शिरलो. दोघेही आम्ही एकाच आईबापाचे मुलगे- बुद्धीने आणि शिक्षणानेही तुल्यबल, पण दादांचा पगार त्यांच्याच कुटुंबाला पुरेसा नव्हता, तर माझा पगार मी नोकरीला लागलो त्या वेळीच त्यांच्या दुपटीने होता.

दादांत आणि माझ्यात कितीतरी फरक! मी अगदी त्यांच्या उलट. हलाखीच्या परिस्थितीत दिवस काढल्यामुळे, दादांच्या दुप्पट पगाराची नोकरी लागल्यानंतर मला आकाश ठेंगणे वाटू लागले. त्यामुळे स्वाभाविकच माझा हात स्वत:पुरता नेहमी सढळ असे. पगार होताच स्वत:साठी म्हणून पगारातून ठरावीक रक्कम बाजूला काढून ठेवून, मी बाकीचा पगार दादांच्या हवाली करी. तरीही दादांना त्यात समाधानच वाटे.

'लहान आहे-वाईट स्थितीत दिवस काढले त्यानं, तेव्हा चांगला कपडालत्ता असण्याची, चार बरोबरीच्या मित्रमंडळींत छानछोकीनं राहण्याची-वागण्याची त्याला इच्छा असणं अगदी स्वाभाविक आहे... चार दिवस चैन करतो आहे-करील! लग्न झालं म्हणजे आपोआप त्याला स्वत:ची जबाबदारी कळू लागून असा वायफळ खर्च करणार नाही तो...' असे म्हणून आई मला गोपाटून नेई.

पण दादा जरी वरकांती समाधानच व्यक्त करीत, तरी त्यांच्या आतल्यातल्या आतल्या मनाला मात्र वाटे की, मी काही बरे करीत नाही. त्यांचे माझ्या अंगावरील कपड्यांकडे लक्ष जाई आणि लगेच त्याच वेळी समोर वावरणाऱ्या त्यांच्या त्या मुलांकडे, आमच्या आईकडे आणि स्वत:च्या पत्नीकडे त्यांची दृष्टी साहजिकच वळली की, त्यांची चर्या विषादून गेल्यासारखी दिसे. मी जर संयम राखला, नि आपल्यापुरतेच पाहिले नाही, तर आपल्या आईला, बायकोला नि मुलांनाही चांगला कपडालत्ता करता येईल, असे दादांना क्वचित वाटतही असले पाहिजे.

पुढे दोन-तीन वर्षांनी दादांनी माझे लग्न केले आणि लग्न झाल्यापासून तर मला स्वत:खेरीज आणि पत्नीखेरीज काही दिसेनासेच झाले. खाणावळीसारखा मी घरात राहू लागलो. खाणावळीच्या खर्चाइतकीच रक्कम मी आपल्या पगारातून दादांना देऊ लागलो. माझ्याकडे आणि माझ्या पत्नीकडे-अर्थात आमच्या कपड्यालत्त्यांकडे व राहणीकडे पाहून दादांपेक्षा सर्वसाधारण लोक मलाच अधिक मान देऊ लागले. माझ्या तोंडावर माझेच मित्र दादांच्या एकंदर राहणीबद्दल टीका करीत. एकाच घरात आम्हा दोन भावांचे दोन विभक्त संसार असल्यासारखे दिसू लागले.

एके दिवशी मी आईला म्हणालो,

"दादांना म्हणावं मुलांना नीट कपडे तरी करीत जा! कुणी विचारलं ही

कुणाची मुलं म्हणून, म्हणजे लाज वाटते मला भावाचीच म्हणून सांगायला.''

आई किती विषादाने हसली आणि म्हणाली,

''भाऊ, तुझं लग्न होण्यापूर्वी पाच-सात रुपये भाड्याच्या जागेत आपण राहत असू. आता पंचवीस रुपये भाडं द्यावं लागतंय आपल्याला. दादाच्या मुलांचं शिक्षण, माझा, त्याचा, त्याच्या बायको-मुलांचा कपडालत्ता, सणवार, झालं गेलं, हे ना ते -अनेक खर्च त्याच्यामागे. तूच विचार कर.''

अगदी साधे आणि सरळ उत्तर होते आईचे, पण मी त्याचा विपर्यास करून म्हणालो,

''माझ्याकरिता तर त्यांना काही झीज लागत नाही ना? दरमहा चाळीस रुपये देतोच की नाही मी घरात?''

''चाळीस रुपये देतोस— देतोस खरा तू भाऊ. पण चाळीस रुपयांत का तुझं भागतं? तुझ्याकरिता घेतलेल्या त्या जागेचं अठरा रुपये भाडंच जातं त्यातून. तुला भाकरी चालत नाही-पोळी लागते. पोळीपाठीमागं काय लागत नाही? चाळीस रुपयांचा आकडा दिसतो तुला, पण खरं सांगू? तुझ्याकरिता त्यालाच झळ लागते. तू मिळवता झाल्यावर परिस्थिती पालटेल नि जरा सुखात राहता येईल असं त्याला वाटत होतं. पण त्याच्या मागची भगभग काही अजून संपली नाही. तो या गोष्टी तुझ्याजवळ बोलत नाही. त्याला वाटतं- उगीच एवढ्यातेवढ्यानं तुझं मन दुखवायचं अन्...''

''अन् काय आई?''

''काही नाही. पाहतोयसच तू- किती खंगलाय तो काळजीनं!''

पण त्याचे काय मला- मी आपल्याच गुरमाईत होतो.

आईने अशा परिस्थितीतही आम्हाला गोपाटून-समाटून नेले. पण अखेर तो दुराव्याचा प्रसंग आलाच- आणि तोही अगदी क्षुल्लक कारणावरून मीच ओढून आणला. वहिनी तिला सहज सांडल्या-लवंडल्यावरून बोलल्या काय, तिने मला ते सांगितले काय आणि त्याचा मी एवढा थोरला ग्रंथ केला काय-सारेच विलक्षण! खरोखरीच मी स्वार्थांध-आप्पलपोटा होतो. वेगळे निघण्यासाठी मी कितीतरी दिवसांपासून एखादे कारण शोधीत होतो— माझ्या मनासारखे झाले. त्यामुळे आईच्या हळुवार हृदयाला जे क्लेश झाले त्याचे मला काहीसुद्धा वाटले नाही.

''जगच असं आहे- कधी ना कधी वेगळे हे व्हालच! पण माझ्या डोळ्यांसमोर तरी तुम्ही असे दोघे दोन ठिकाणी राहू नका... किती वर्षं मी आणखी जगणार आहे?...'' हृदय पिळवटून, अगदी कळवळ्याने, मिनतवारीने, डोळ्यांना पाणी आणून आई म्हणाली, पण त्याचा उपयोग का होणार होता त्यावेळी?

मी स्वतंत्र बिऱ्हाड करून राहू लागल्यानंतर महिन्या पंधरा दिवसांनीच आई

माझ्याकडे कायमचीच राहावयास आली. मला काही ते तितकेसे आवडले नाही. आली आहे तर येऊ दे- जेवील, खाईल न् पडेल घरात... या भावनेनेच जर मी तिच्याकडे पाहत होतो, तर माझी बायको तरी यापेक्षा अधिक सन्मानाने तिला थोडीच वागविणार होती! ती घरात काहीच कामधाम करीत नसे— तिचे वयच नव्हते. पण, दिवसेंदिवस मला तिचे अस्तित्व असह्य होऊ लागले. ती आपली जेव्हा तेव्हा दादांविषयी, त्यांच्या मुलांविषयी बोले. सायंकाळी मी परत आल्यावर ती माझ्याजवळ येई. तिला वाटे— मी तिच्याशी बोलावे, लहान असल्याप्रमाणे मी तिला सारखे 'आई, आई' म्हणत राहावे आणि मला वाटे की, निष्कारण ती माझा वेळ घेतेय- तेवढाच वेळ मी पत्नीशी आमोदप्रमोद करण्यात घालविला तर जिवाला तेवढा आनंद, तेवढाच विसावा वाटेल.

तेव्हापासून आई परिस्थिती उमगून वागू लागली खरी, पण तिच्या जिवाला मात्र यातना होत राहिल्या. जेवताखाताना, काही गोड गोड खाताना, तिला तोठरा बसल्यासारखे होई. नकळत तिच्या डोळ्यांत अश्रू उभे राहत. एक मुलगा सुखात नांदताना-आणि तोही असा कृतघ्न-आणि दुसरा मुलगा दारिद्र्यात पिचताना पाहून आईच्या अंतःकरणाला होणाऱ्या सुखदुःखमिश्रित भावनेने तिचे डोळे पाणावत. आपण इकडे मिष्टान्न खातो आहोत आणि आपला थोरला मुलगा, त्याची मुले नि... त्यांना हे पदार्थ कधी खायलाच काय, पण पाहायलादेखील मिळत नसतील या जाणिवेनेही तिच्या घशाखाली घास न उतरून तिच्या डोळ्यांत तरारून अश्रू उभे राहत असतील! तिच्या डोळ्यांत सदान्कदा उभे राहणारे ते अश्रू पाहिले की, माझ्या मात्र तळव्याची आग मस्तकाला जाऊन भिडे.

आपले खाऊन आपल्या भावाची नि त्याच्या संसाराची काळजी वाहणारी ही आई- आई कसली ही आपली! एवढी तिला जर ओढ असेल दादांची, तर ती तिकडेच का जाऊन राहत नाही? सारखे हेच माझ्या मनात येई आणि एके दिवशी मी पटकन तिला तसेच बोलून गेलो.

"तो काय नि तू काय- तुम्ही दोघेही सारखेच मला. इकडे असताना त्याच्याविषयी वाटतं- तिकडे असले म्हणजे तुझ्याविषयी वाटतं. दुसरं काय?" असे म्हणून तिने डोळे पुसले. तिचे बोलणे मला पटावे कसे! मी ताडकन उसळून म्हणालो,

"तुला त्याच्याकडे जायला नको ते का, मला ठाऊक आहे, आई! दादांचा खर्च वाचवायला पाहिजे तुला, दुसरं काय?"

माझी त्यावेळची मुद्रा, माझे ते हातवारे आणि माझे ते अश्लाघ्य वर्तन पाहून, आईच्या-त्या म्हातारीच्या जिवाला ज्या यातना झाल्या असतील, जे दुःख झाले असेल, ते तिचे तिलाच ठाऊक. जन्म देणारी आई ती माझी, पण ती माझ्यासारख्या आपल्या कमावत्या-मिळवत्या मुलापुढे गोगलगाईसारखी बसली होती. गालांवरून

ओघळणारी आसवे पदराच्या टोकाने टिपीत ती म्हणाली,

"तिकडे जायला का नको आहे मला? तिकडेही जाईन भाऊ! पण..." ती बोलताना अडखळली. दादांची परिस्थिती तिच्या मनश्चक्षूंसमोर साक्षात उभी राहून तिचा कंठ दाटून आला. तिच्या पोटात कालवाकालव झाली.

"भरल्या घरात असं डोळ्याला नेहमी पाणी आणलेलं मला बिलकूल खपत नाही. माझा सुखाचा संसार पाहून तुला जर एवढं वाईट वाटत असेल, तर तू आपली दादांकडेच राह्यला जा. मला नको हा उठल्या-बसल्या त्रास. त्यांची परिस्थिती नसेल, तर मी त्यांना तुझी पोटगी म्हणून उचलून पाच रुपये देईन दरमहा... ते परवडेल मला..."

"पोटगी! पोटगी!!" अस्पष्ट गुदमरलेल्या स्वरात आई तोंडातल्या तोंडात दोन-चार वेळ पुटपुटली आणि ती तेथून जड, दुःखव्याप्त अंतःकरणाने निघून गेली.

चार-पाच दिवस तिला बरे वाटले नाही. माजघरातील अंधाऱ्या जागेत ती पडून असे. आपल्या धाकट्या मुलाने आपल्या पोटगीची भाषा बोलून दाखविलेली पाहून त्या माझ्या आईच्या हृदयाला काय वाटले असेल!

त्या रविवारीच दादा आईला भेटण्यासाठी आले. 'आई-आई' म्हणत ते थेट माजघरात गेले. चटईवर लवंडलेली आई, दादांचा आवाज ऐकताच उठून बसली. एखाद्या लहान मुलाप्रमाणे दादा तिला अगदी चिकटून बिलगून बसले आणि म्हणाले,

"गेल्या रविवारी आलो नाही म्हणून रागावली असशील! शुक्रवारपासून दोन-तीन दिवस बरं नव्हतं मला..."

"आता बरं वाटतंय ना? कचेरीत जात होतास की नाहीस?"

"सोमवारपासून जात होतो कचेरीत... जायलाच पाहिजे होतं. पण तुला माहीतच आहे किती वाजतात मला घरी यायला ते... घरी आल्यावर इतका थकून जातो... अन् घर तरी जवळ का आहे हे?"

जवळजवळ चाळिशीच्या घरात दादा आले होते. त्यातून त्यांची प्रकृती मूळचीच रोगी. संसाराच्या काळजीने उभ्या आयुष्यात बिचाऱ्याला सुख लागले नाही. काळजीने, दगदगीने मेटाकुटीस येऊन सुकलेल्या, जरा आलेल्या त्यांच्या देहाकडे पाहून आईच्या हृदयाला पीळ पडला. तिने त्यांच्या मस्तकावरून मायेने हात फिरविला.

"तू किनई आई, असा अंगावरून हात फिरविलास म्हणजे किती बरं वाटतं म्हणून सांगू!... भाऊ कुठं गेलाय-आहे का घरी! तुला नाही वाटत आई- आज जर बाबा जिवंत असते तर भाऊचा हा संसार पाहून त्यांना धन्य वाटलं असतं म्हणून?"

'ते नाहीत तेच बरं आहे...' आई मनातल्या मनात बोललीही असेल.

"आई!"

"काय बाळ, दादा!"

"नाही- आतापर्यंत माझं लक्ष गेलं नव्हतं तितकंसं. पण गेल्या वेळी तुला पाहिल्यापेक्षा- या वेळी तू... तुला काही होत तर नाही?"

"मला काय होणार! अरे, पन्नास न् पंधरा वर्षं झाली वयाला... आता हे असंच चालायचं. शेवटाला हात लागले तुम्हा दोघांचे..."

दादांनी पटकन तिच्या तोंडावर हात ठेवला.

"असं नको बोलूस... आमच्या जन्माला पुरेपर्यंत तू हवी आहेस आम्हाला... अगं, तू आहेस म्हणून तर हे दिवस..."

"मला किनई, दादा, चार दिवस पालट करायचाय."

"चल की मग तिकडे. मुलंदेखील तू इकडे असल्यापासून खंतावलीत."

पलंगावर पडल्यापडल्या मी हा संवाद ऐकत होतो. एकाएकी कसले तरी वारे माझ्या अंगात शिरले, त्याच तिरीमिरीत मी ती दोघे बसली होती तेथे गेलो आणि हातवारे करीत म्हणालो,

"दादा, खरंच हिला तुमच्याकडे घेऊन जा. तिला इथं खाल्लं अन्न गोड लागत नाही. तुमच्या संसारात तिचा जीव रमलेला... ती इथं राहते म्हणजे काय? तुमचं निभणार नाही म्हणून! तिच्यासाठी पाच रुपये दरमहा मी उचलून देईन, तिचा तुम्हाला भार नको वाटायला..."

किती विषारी वाटले असेल त्यांना माझे बोलणे?

"भाऊऽऽ?" दादा स्वर उंचावून उद्गारले, तोच त्यांना आईने दाबले.

'भाऊ, तिचा भार कसला? अरे, तिनं आपला नऊ महिने भार वाहिला, आपल्याला लहानाचं मोठं केलं, या दशेला आणून सोडलं. अरे, तिचा भार वाहण्यात भूषण आहे-अभिमान आहे!' अगदी हेच उद्गार. आता मला वाटतं, माझी खात्री आहे-की त्यांच्या मुखातून बाहेर पडले असते.

आई जायला निघाली तेव्हा म्हणाली,

"दादाप्रमाणंच तूही दर रविवारी तरी येत जा मला भेटायला... येत्ये अं सावित्री! बरं का भाऊ!" पुन्हा तिच्या डोळ्यांत तेच अश्रू! ते पाहून मी तोंड फिरविले.

याही गोष्टीला काही दिवस लोटले. पण दादांकडे जाऊन आईला भेटण्याची मला कधी इच्छा झाली नाही— मनातदेखील आले नाही माझ्या. त्यानंतर ती मात्र अशीच एकदा पाच-सहा वाजण्याच्या सुमारास माझ्याकडे आली, मला भेटली आणि जाताना म्हणाली,

"सावित्रीजवळ चार-सहा साखरपाऱ्याच्या वड्या ठेवल्याहेत, त्या मात्र खा हो. तिकडे केल्या होत्या... तुझ्याकरिता म्हणून मुद्दाम आणल्या मी."

साखरपाऱ्याच्या वड्या?-आमच्या घरी काय थोड्या होत्या? नि तिला काय ठाऊक नव्हते की, माझ्या घरी नेहमीच असे काही ना काही असते म्हणून! पण नाही!- या म्हाताऱ्या माणसांना ही खोडच...

मी तिला भेटायला जाण्याऐवजी तीच, मी तिच्याकडे जात नाहीसे पाहून, मला भेटायला म्हणून अशीच अधूनमधून येऊ लागली- अगदी नेमाने. मी तिच्याशी फारसा बोलत नसे— तिच्याशी पाच-दहा मिनिटे बोलण्यासारखे माझ्याजवळ काही नसेच. ती मला डोळाभर पाही, खुशाली विचारी आणि निघून जाई. दादांच्या आणि माझ्या बिऱ्हाडांत मैल दीड मैलाचे अंतर, पण ते अंतर तोडून अशा वृद्धापकाळी तिला माझ्याकडे आल्याखेरीज आणि मला भेटल्याखेरीज राहावत नसे की काय, कोण जाणे?

दादाही एखादेवेळी मुद्दाम येऊन भेटत मला.

१४ जानेवारीचा तो दिवस- संक्रांत होती त्या दिवशी. मी दादांच्या घरावरून चाललो होतो, तोच—

"आमचे काका आहेत हो ते- ते चाललेयत ते!"

हे शब्द माझ्या कानांवर पडले. इतक्या अभिमानाने, प्रेमादराने कोण बोलले, हे बघण्यासाठी सेकंदभर मी थबकून मागे पाहिले. दारात उभ्या असलेल्या दादांच्या मुलाकडे पाहून मी स्मित केल्यासारखे केले, नि चालू लागलो. मी थोडा पुढे चालून गेलो ना गेलो तो दादांचा दुसरा एक सात-आठ वर्षांचा मुलगा धावत, धापा टाकीतच माझ्याजवळ आला आणि म्हणाला,

"काका, तुम्हाला आजी बोलावतेय—"

"कशाला रे?"

"कुणास ठाऊक..."

मी घरात जातो तोच आई आतून दोन तिळाच्या वड्या घेऊन बाहेर आली.

"बरं झालं आलास! हजार वेळ तरी आठवण झाली असेल तुझी आज," असे म्हणून तिने माझ्या हातांत त्या वड्या ठेवल्या. सुटाबुटांत होतो मी त्यावेळी. तिळगूळ घेतल्यावर खाली वाकून आईला नमस्कार करण्याचेदेखील विस्मरण पडले. नव्हे, अशा साहेबी जाम्यानिम्यात तिला नमस्कार करण्यास मला आवडले नाही. मी साधा नमस्कारसुद्धा तिला केला नाही. मी काही बोलत नाहीसे पाहून ती म्हणाली,

"अलीकडे आठ-पंधरा दिवसांत यायलाच झालं नाही तुझ्याकडे... हातपाय लटपटतात- शक्ती राहिली नाही तेवढी."

त्या तिच्या शब्दांत आपले काहीतरी चुकले अशीच काहीशी भावना होती. त्यावर मी काही बोलावे की नाही तिचे समाधान होईल, तिला आनंद वाटेल असे काही? पण छे! उलट तिने दिलेल्या वड्यांचे तुकडे करून मी ते दादांच्या मुलांच्या हातांत दिले. शेवटचा लहानसा तुकडा- तोही मी वहिनींच्या कडेवर असलेल्या मुलाच्या हातांत देणार, तोच वहिनी म्हणाल्या,

"हे हो काय भावजी! तेवढा तरी तिळगूळ तोंडात टाका ना त्यांनी दिलेला..."

आणि तो तिळगूळ तोंडात टाकून मी बाहेर पडलो.

'बरं नाही मला, चालवत नाही, शक्ती क्षीण होत चाललीय,' असे जरी आई म्हणे, तरी ती नेमाने माझ्याकडे, आठ-पंधरा दिवसांतून एकदा तरी, येतच असे. मला वाटे, एवढा उपकार करण्यासाठी आई मग येते तरी का?

त्यानंतर एके दिवशी—

मला दादांपासून वेगळे निघाल्याला आता वर्ष दीड वर्ष होत आले होते.

रविवारच होता तो. मी असा दुपारी झोपलो असतानाच आई आली. माझ्याजवळ पलंगावर बसून ती माझ्या तोंडावरून हात फिरवू लागली, तोच मी जागा झालो— उठून बसलो.

समोर टेबलावरच एक लहानशी कासंडी होती. आतला जिन्नस लवंडून ती बाहेरून लडबडली होती.

"कुणी ठेवली ती कासंडी टेबलावर? ही काय घाण सगळी... खराब झालं ना ते टेबल!"

पाणावलेल्या डोळ्यांनी कासंडीकडे पाहत आई म्हणाली—

"दादानं तुला एवढं बजबजावून सांगितलं असूनदेखील तू आज आला नाहीस. दीड-दोन वाजेपर्यंत वाट पाह्यली तुझी... त्यांचं श्राद्ध होतं आज... बासुंदी केली होती- तुझ्यासाठी त्यांचा प्रसाद म्हणून घेऊन आले, पण—"

तोच माझे तिच्या गुडघ्याकडे लक्ष गेले. माझा भावार्थ लक्षात येऊन, मी काही विचारण्यापूर्वीच ती म्हणाली,

"सायकलचा धक्का लागून पडले. नडगी फुटल्याचं, खरचटल्याचं अन् एवढी दुखापत झाल्याचं काही नाही वाटत मला, पण त्यांचा प्रसाद म्हणून आणलेली बासुंदी... चमचाभरदेखील उरली नाही, त्याचंच फार वाईट वाटतं...ऽ ऽ ऽ हाऽ! दुखतोय रे पाय!!"

"वेंधळ्यासारखी चालली असशील रस्त्यानं? काय नडलं होतं एवढ्यावाचून? असं काही केलं म्हणजे... भारी वाईट खोड आहे तुला." बेमुतपणाने मी त्यावेळी बोलून गेलो खरा, पण त्यामुळे आईच्या मनाला काय वाटले असेल!

आणि तेवढ्यावरच थांबले नाही, तर ती बासुंदीने लडबडलेली कासंडी मी

तिला तशीच परत नेण्यास भाग पाडले.

त्यानंतरचा प्रसंग—

अलीकडे महिना सव्वा महिन्यात आई आली नव्हती; ती अशीच एके दिवशी दुपारीच माझ्याकडे आली. तो असाच सुटीचा दिवस होता. दुपारी जेवून खाऊन मी वर्तमानपत्र वाचीत पहुडलो होतो.

थकून गळून गेल्यासारखी एक दीर्घ उसासा सोडून ती माझ्या समोरच्याच खुर्चीवर बसली. उन्हाच्या तिरिपीने लालबुंद होऊन घामाने डबडबलेले आपले तोंड अलवणाच्या पदराने पुशीत आई म्हणाली,

''गेल्या वर्षी संक्रांतीला आला होतास तिकडे- याही वर्षी तिळगूळ घ्यायला येशीलसं वाटलं होतं. आज सुट्टी होती ना?''

''हूं!''

''शेवटचाच दिवस आजचा तिळगूळ द्यायचा. उद्या तर रथसप्तमी. वाट पाह्यली... अखेर आला नाहीसच. मग मीच आले या तिळाच्या वड्या घेऊन. कशी हुरहुर न् चुटपुट लागली होती...'' असे म्हणून बराच वेळपर्यंत ती माझ्याकडे अत्यंत निर्व्याज, स्नेहाळ दृष्टीने पाहत राहिली. तिच्या त्या दृष्टीत आटोकाट मातृप्रेम भरून उरले होते त्यावेळी.

पुन्हा एक हलकासा सुस्कारा सोडून तिने ओच्यातून कागदात गुंडाळून आणलेल्या दोनच दोन तिळाच्या वड्या बाहेर काढल्या आणि त्या माझ्यासमोर धरून ती म्हणाली,

''नाही म्हणून संक्रांतीपासून हातावेगळ्या काढून ठेवल्या होत्या- घे या. पुढच्या वर्षी तिळगूळ द्यायला जगते की—'' असे म्हणत तिने अगदी अभावितपणेच आपल्या गळ्याजवळची हाडे आणि बरगड्या चापसून पाहिल्या. उजवा हात वर करून ती आपल्या दंडाकडे पाहू लागली. अगदी निःसत्त्व, सुरकतून गेलेले ते दंडाचे कातडे लुळलुळत होते— पिशव्या झाल्या होत्या. सारा देहच तिचा अस्थिमय उरला होता.

''घे—''

मी तिच्या थरकापत्या हातांतून त्या वड्या घ्याव्यात म्हणून तिने हात पुढे केला.

''राहू देत त्या टेबलावर; मग खाईन...''

''नाही. आता माझ्यासमोर खा.'' तिच्या आवाजात आग्रह होता, काकुळत होती आणि आकंठ मातृप्रेमही होते.

तिच्या हातांतून वड्या घेत असतानाच माझे तिच्या मांडीवरच दंड आलेल्या तिच्या जीर्ण अलवणाकडे लक्ष गेले. माझे लक्ष अलवणाच्या त्या दंडावर खिळलेले

पाहून तिने चटकन अलवण वर ओढून ते दारिद्र्य झाकण्याचा प्रयत्न केला. पण तो सपशेल फसला.

ती मनात कसल्यातरी भावनेने कष्टी झाली. तिचा चेहरा गोरामोरा होऊन पडला. आवंढा गिळीत ती म्हणाली,

''आता या पहिल्या तारखेला नवीन अलवण घेणार आहे तो मला. मागंच तो घेणार होता. मीच नको म्हणत होते... आधी पोरंबाळं न् मग...''

किती सद्गदली होती ती त्यावेळी!

साधी अलवणे, पण तीही वेळच्या वेळी घेण्याची दादांची परिस्थिती नव्हती. हा त्यांचा उणेपणा तिच्याच्याने मला सांगवेना. उलट असे बोलून तिने सारले-साजरे केले. त्याच वेळी बाजारात जावे नि तिला दोन चांगली लुगडी घेऊन यावीत, असे काही वाटले नाही मला. माझ्या पत्नीला मात्र... आणि याच माझ्या आईने माझ्या लहानपणी अशाच जीर्ण, फाटक्या पातळाच्या पदराखाली, पोटाशी घट्टघट्ट धरून थंडीवाऱ्यापासून बचावले असेल मला!-

इतक्यात माझ्याकडे ऑफिसातले दोन स्नेही आले. हातातील तिळाच्या वड्या तशाच टेबलावर टाकून मी चटकन उठून बैठकीत गेलो.

पाच-दहा मिनिटांनी आई बैठकीच्या दारात आलेली पाहताच, मी पटकन ती माझ्या मित्रांना न दिसेल अशा रीतीने तिच्यासमोर उभा राहिलो.

''येते बरं का, भाऊ! चार-आठ दिवसांनी तरी...''

''हो! हो!'' तिला पुढे बोलू न देताच मी म्हणालो, ''येईन की...''

क्षणभर ती दारातच घुटमळली. तिला आणखी काहीतरी माझ्याशी बोलावयाचे होते. पण मला मात्र ती धिंडका तेथून केव्हा हलेल असे झाले होते. तिने तेथून काढता पाय घ्यावा म्हणून मग मीच चटकन आत गेलो.

'तुला कसं गं कळत नाही, आई? या अवतारात... काय म्हणतील माझे ते बरोबरीचे...?' आणखी असेच काही मी बोलणार होतो, बोललोही असतो, पण बाहेर मित्र बसले होते म्हणून—

''बरं, येते मी... पण, त्या तिळाच्या वड्या मात्र खा हो!''

पुढे आई माझ्याकडे नेहमीप्रमाणे यावी- पण, ती आली नाही. ती आली काय नि मेली काय- मला त्याचा काही विधिनिषेधच नव्हता.

त्यानंतर एके दिवशी दादांची मात्र सहज गाठ पडली असतानाच ते म्हणाले,

''तुझ्याकडे आई आली होती त्या दिवशी सायकलचा धक्का लागून ती पडली. तुला ठाऊकच आहे. ते दुखणं तिला बरंच भोवलं. जखमेत पू झाला होता. गुडघा ठणकायचा-तापही त्यामुळे येत असे. महिना सव्वा महिना तर घरातल्या घरातदेखील चालता येत नसे तिला. त्या दिवशी तिला तू टांग्यातून घरी पोचवलीस.

बरं केलंस ते! थोडं कुठे बरं वाटू लागलं, तो महिन्यापूर्वी पुन्हा आली होती तुझ्याकडे तिळगूळ द्यायला. त्यावेळीही म्हणे तू तिला तांगा करून घरी पाठवलीस. किती बरं वाटलं तिला तेवढ्यानं... सांगत होती ती. मलादेखील बरं वाटलं..."

आईला तांग्यातून दादांच्या घरी मी पोहोचविली? क्षणमात्र मी दादांकडे आश्चर्याने पाहिले. पण, लगेच मला बोध झाला ते काय म्हणत होते त्याचा. माझ्या कृतघ्नपणावर आईने असे पांघरूण घालून माझे साजरे केले होते. का? का..!

-आणि ते तसेच निघून गेले. मीही घरी आलो आणि आल्याआल्याच मी त्यांचे बोलणे पत्नीच्या सहवासात विसरून गेलो.

त्यानंतर आई पुन्हा म्हणून माझ्याकडे आली नाही. मीही कधी तिला भेटायला गेलो नाही. पूर्वी दादा कुठेतरी रस्त्यात जातायेताना भेटत, कधी अशी भेट नाहीच झाली तर घरी येत ते. पण अलीकडे कित्येक महिन्यांत मला तेही भेटले नाहीत.

◆

एक की दोन- असे कितीतरी लहानमोठे प्रसंग माझ्या मनश्चक्षूंसमोर उभे राहत होते, कितीतरी गोष्टी मला एकामागून एक आठवत होत्या. 'कृतघ्नतेची भरपाई कृतज्ञतेनं करून मनाची ढळलेली शांती पुन्हा अढळ करण्याचं आपल्या हाती असतं. पण केव्हा? ते साधन आज मी गमावून बसलो आहे, म्हणून ही मनोव्यथा दारुण आहे. हे दुःख माझं मलाच!' बोलता बोलता सदाशिव म्हणाला होता. त्याचे ते मी निघता वेळचे शब्द मला आठवले. त्या शब्दांनी माझ्या अंतःकरणात खोल खोल घर केले.

त्याचे साधन गमावले होते, पण माझे- ?

रात्रभर मी त्याच विचारात तळमळत होतो. छे! आपले काही चुकले नाही. एवढे मनाला लावून घेण्याचे काहीच कारण नाही आपल्याला! मी खूप खूप मनाचे समाधान करू पाहत होतो. पण, अंतर्मन मात्र सारखी जाणीव देत होते. ती जाणीव आत आत बोचत होती-सारखी सलत होती ती.

सकाळी उठलो. उभ्या उभ्या आधी आईला जाऊन भेटावे म्हणून मी अंगात कपडे घालणार, तोच पाहुणे आले घरात आणि तेही पत्नीचे वडील! हातात घेतलेला कोट तसाच खुंटाळ्यावर ठेवावा लागला मला.

मनाला लागलेली रुखरुख, जिवाची तळमळ तशीच आतल्या आत दाबून श्वशुरांशी बोलण्याचालण्यात नि त्यांच्या तैनातीत सकाळचा वेळ गेला माझा.

त्या दिवशी अनपेक्षितपणे कचेरीत जरुरीचे काम निघून मला उशीर का होऊ नये? सायंकाळी सात वाजता मी घरी आलो.

चहा पिऊन बाहेर पडण्याचा माझा विचार होता—

श्वशुरांसाठी आणि माझ्यासाठी समोर चहा आला. ट्रेत आणखी दोन बशा होत्या. शिगोर भरल्या होत्या त्या तिळाच्या वड्यांनी. हातात चहाचा कप घेऊन मी कसल्यातरी संवेदनेने त्या तिळाच्या वड्यांकडे पाहत असतानाच पत्नी सस्मित म्हणाली,

"बाबांनी आणल्या— आईनं पाठवून दिल्यात त्या. उद्या रथसप्तमी... तिळगूळ द्यायघ्यायचा आजचा शेवटचा दिवस—"

माझ्या हातातून चहाचा कप पटकन खाली पडला. मी ताडकन उठून उभा राहिलो आणि चमत्कारिक नजरेने पत्नीकडे पाहत एकदम म्हणालो,

"आई आली होती आज?"

"नाही. का?"

"का? का म्हणून विचारतेस?" मी चिडून म्हणालो. मी स्वत:वरच चिडलो होतो. हृदयाला कसल्यातरी भयंकर वेदना होऊ लागल्या होत्या.

"म्हणजे काय? हे काय हे असं..." असे काही ती म्हणत असतानाच, दोघे तसेच आश्चर्याने माझ्याकडे पाहत असतानाच, मी चटकन वेड्यासारखा घराबाहेर पडलो.

आजच-माघ शुद्ध षष्ठीला, गेल्या वर्षी दोन तिळाच्या वड्या देण्यासाठी आई मैल दीड मैल चालत आली होती माझ्याकडे— मी तिच्याकडे गेलो नव्हतो म्हणून.

'आजचा शेवटचाच दिवस... शेवटचाच, तिळगूळ द्यायचा-घ्याऽयऽचा' माझ्या कानात घुमत होते हे शब्द.

दादांच्या आणि माझ्या घरांतील ते मैल दीड मैलाचे अंतर मला योजन दोन योजनांप्रमाणे दिसू लागले. भुर्रकन उडून जावेसे वाटले मला.

मी निघालो, तो थेट दादांच्या बिऱ्हाडी आलो—

आणि तेथील ते दृश्य पाहून तर माझे हृदय एकदम चरकलेच. काळीज लकलकून उडून गेल्यासारखे झाले. माझ्या डोळ्यांसमोर अंधारच अंधार पसरला.

बाहेरच्याच खोलीत आई निजली होती. तिच्या कपाळाला पट्टी बांधलेली होती- रक्ताने माखली होती ती. दादा आईचे हलक्या हातांनी पाय चेपीत होते. वहिनी तिच्या उशागती बसल्या होत्या. त्यांचा उजवा हात आईच्या मस्तकावर होता आणि बाळगोपाळ माझ्या आईच्या-आपल्या आजीच्या डाव्या-उजव्या बाजूला मुकाट्याने तिच्या तोंडाकडे टकामका पाहत बसले होते.

आईला मूर्च्छा आली होती की, तिचा डोळा लागला होता, हे मला कळणे शक्य नव्हते. धडधडत्या अंत:करणाने अपराध्यासारखा मी दादांच्या शेजारीच आईजवळ बसलो.

"उदंड आयुष्य आहे हो भावजी तुम्हाला!" वहिनी हलक्या स्वरात म्हणाल्या.

दादांनी अशा काही नजरेने माझ्याकडे पाहिले की, माझे डोळे एकाएकी अश्रूंनी तुडुंब भरून आले. सहसंवेदनेनेच की काय, त्यांच्याही डोळ्यांत आसवे तरारली.

"ही नका जाऊ म्हणत असतानाही, मी घरी नसताना, आई तुझ्याकडे तिळगूळ द्यायला म्हणून तासा दीड तासापूर्वी यायला निघाली होती. ती ऐकेनाच, तेव्हा हिनं तांगा आणवला... दारापर्यंत कशीबशी चालत गेली, पण पडली त्या उंच पायऱ्यांवरून. खोक पडली मोठी थोरली... लागलं. तिचा म्हणून तिळगूळ घेऊन मी येणारच होतो रात्री. पण, हे आईचं हृदय! भाऊ, अरे ही आपली आई ना? तुला काहीच कसं रे..." पुढचे शब्द दादांच्याने बोलवेनात, इतका त्यांचा कंठ दाटून आला होता.

मला एकदम रडू कोसळले. आईच्या छातीवर मस्तक ठेवून मी आतल्या आत स्फुंदून स्फुंदून रडू लागलो.

"ऐकलं का?- भावजी आलेयत... त्यांना तिळगूळ द्यायचाय ना?"

आईने डोळे उघडून माझ्याकडे टक लावली.

तिच्याच्याने बोलवतही नव्हते.

वहिनींनी आईच्या उशीखालून एक लहानसा पितळी डबा काढला. त्यात दोनच दोन तिळाच्या वड्या होत्या—

"आई, अगं मी तिळगूळ घ्यायला आलोय! मला तिळाच्या वड्या देतेस ना?"

नजरेच्या भाषेने आई बोलली. तिचा भावार्थ लक्षात येऊन पाण्याने डबडबलेल्या डोळ्यांनी वहिनींनी त्या तिळाच्या वड्या माझ्यासमोर धरल्या—

आईने हळूच आपला हात उचलून माझ्या मस्तकावरून तो मायेने फिरविला. त्याच हाताने तिने तिळाच्या वड्या असलेल्या वहिनींच्या हाताला कापत कापत स्पर्श केला आणि त्याच नजरेच्या मूक भाषेत ती म्हणाली,

"घे... माझ्या मागे हीच, याच भावनेनं, याच प्रेमानं, तुला या तिळाच्या वड्या देत राहील. नाही का गं सूनबाई? वेड्या, रडू नकोस."

झडप घातल्याप्रमाणे मी वहिनींच्या हातातून त्या तिळाच्या वड्या घेऊन तोंडात टाकल्या—

"आई! तूच दिल्या पाहिजेस या तिळाच्या वड्या मला दरवर्षी..."

तेच ते नेहमीचे अश्रू तिच्या डोळ्यांत उभे राहिले. आज ते अश्रू पाहून मी तोंड फिरविले नाही. पण, ते तिचे अश्रू आनंदाचे होते की दुःखाचे?- काय सांगू मी?

■

जळलेला मोहर

वि. स. खांडेकर

तरुण स्त्री-पुरुषांनी प्रेमजीवनात शरीरसुखाचा भाग अतिशय महत्वाचा मानला पाहिजे, परस्परांच्या आनंदसंवर्धनाकरता आपण एकमेकांचे हात हातात घेतले आहेत, याचा त्यांनी स्वतःला कधीही विसर पडू देऊ नये, आयुष्याच्या प्रवासातली खरीखुरी मौज असल्या सोबतीतच आहे, इत्यादी गोष्टी सांगितल्या जात असल्या, तरी केवळ कामतृप्ती हे संसाराचे कधीच ध्येय होऊ शकत नाही.

आकाशातल्या चंद्राला हात लावण्याच्या धडपडीत माणसाचे पृथ्वीवरले पाय सुटले, तर तो तोंडघशी पडतो. तो चंद्र योग्य वेळी अनेकांच्या हाती लागतो; नाही, असे नाही; पण त्याचा लाभ संसाराच्या सुरवातीला होत नाही. दहा-वीस वर्षे संकटे आणि सुखे यांची चव जोडीने घेतल्यावरच त्या चांदण्याची वृष्टी होऊ लागते. त्या दृष्टीने उदात्त प्रीती हा शुक्ल पक्षातला चंद्र नाही; तो वद्य पक्षातला आहे.

◆◆◆

www.ingramcontent.com/pod-product-compliance
Lightning Source LLC
Chambersburg PA
CBHW070607180626
46817CB00005B/2029
* 9 7 8 8 1 7 1 6 1 6 2 9 9 *